‘प्रसादबन वाङ्मय’ पुरस्कार, नांदेड २०१४

फॉरवर्ड अँड डिलिट

स्वाती चांदोरकर

मेहता पब्लिशिंग हाऊस

Please contact us at **Mehta Publishing House,** Pune 411030.
✆ +91 020-24476924 / 24460313 / Mob. No. 9545000513
Email : production@mehtapublishinghouse.com
Website : www.mehtapublishinghouse.com

- *या पुस्तकातील लेखकाची मते, घटना, वर्णने ही त्या लेखकाची असून त्याच्याशी प्रकाशक सहमत असतीलच असे नाही.*

FORWARD AND DELETE by SWATI CHANDORKAR

फॉरवर्ड अँड डिलिट : स्वाती चांदोरकर / कादंबरी

Email : author@mehtapublishinghouse.com

प्रकाशक : सुनील अनिल मेहता, मेहता पब्लिशिंग हाऊस, १९४१, सदाशिव पेठ, माडीवाले कॉलनी, पुणे – ४११०३०.

अक्षरजुळणी : इफेक्ट्स, २१/६ब, आयडिअल कॉलनी, कोथरूड, पुणे – ४११०३८.

मुद्रक : ट्रिनिटी अ‍ॅकॅडमी फॉर कॉर्पोरेट ट्रेनिंग लिमिटेड, नऱ्हे इंडस्ट्रिअल एरिया, झील कॉलेज रोड, नऱ्हे, पुणे – ४१.

मुखपृष्ठ : फाल्गुन ग्राफिक्स

प्रकाशनकाल : फेब्रुवारी, २०१४ / पुनर्मुद्रण : नोव्हेंबर, २०२१

किंमत : २२०

P Book ISBN 9788184985344
E Book ISBN 9789391151775
E Books available on : amazonkindle Apple Books Google Play Books

तमाम अशा स्त्रियांना,
ज्या पुरुषांच्या विकृतीला नाइलाजाने,
अनपेक्षितपणे बळी पडल्या.
एकाच आशेने हे लिखाण की पुढे भविष्यात
अशी विकृती निर्माण न होवो
आणि अजाण स्त्रिया, बालिका बळी न पडो.

– स्वाती

१

कुठेतरी एकटक बघत बसायचं, ही आता माझी सवयच झाली आहे. कुणीतरी येतं, मला धक्का मारतं; तेव्हा ती टक हरवते. मी वास्तवात येते. असं कधीपासून होऊ लागलं, हे मला आत्ता आठवत नाही. मलाही ते हल्लीच जाणवू लागलंय की, मी कुठेतरी एकटक बघत बसते. मला तेव्हा खरं तर काहीच दिसत नसतं; मग मी काय बघत असते?

ऑफिसची ही खिडकी– बंद. पण अगदी स्वच्छ काचेची. इतकी की, जाणवूच नये की, खिडकीला काच आहे. सहा महिन्यांतून की दोन महिन्यांतून– आठवत नाही, पण ही काच बाहेरून स्वच्छ केली जाते. अठराव्या मजल्यावरची ही खिडकी! तो साफ करणारा येतो, तो अचानक काचेबाहेर हवेत तरंगताना दिसतो. खाली मान घालून जरी मी काम करत असले, तरी डोळ्यांच्या कोपऱ्यात काहीतरी हालचाल जाणवते. पंचविसाव्या मजल्यावरून खाली घरंगळत एक झोपाळा येतो. त्याच्या एवढ्याशा पट्टीवर तो कामगार बसलेला असतो. हातात लांबलचक दांडा. त्याला जोडलेला एक आडवा ब्रश– स्पंजचा. झोका हॉरिझॉंटल फिरत असतो. तो स्पंजचा ब्रश खिडकीच्या ह्या टोकापासून त्या टोकापर्यंत जातो-येतो, जातो-येतो. हॉरिझॉंटल होता-होता झुला व्हर्टिकलही होत राहतो. झोका नजरेआड होतो; पण मग नंतर बराच काळ झोक्याच्या दोन चेन्स दिसत राहतात. दोरखंड म्हणायचं आहे मला. त्याला त्याच्या जीवाची भीती कशी वाटत नाही? माणसं जीवाला घाबरतात.

"ओ मॅडम, ओऽ मॅडम!"

मी दचकले. अशी अचानक हाक आली की धडधडतं. हेही जीवाला घाबरणंच?

"मौलिक, तुला मी किती वेळा सांगितलंय की, अशी अचानक हाक मारत जाऊ नकोस म्हणून!"

"मॅडम, नॉक केलं दारावर– दोनदा. तरीही तुमचं 'येस्, कम इन्' ऐकलं नाही.

म्हणजे तुम्ही तसं बोललातच नाही, तर मला ऐकू कसं येणार आणि मी कसं ऐकणार?''

''पुरे. बोल.''

''मि. उसवेकरांनी बोलावलंय.''

''तुला सरळ 'सर' म्हणता येत नाही?''

''चार 'सर' आहेत. ही चार डोकी म्हणजे लय भारी. आता तुम्हाला कसं समजणार, कोणत्या डोक्याने बोलावलंय ते?''

''मौलिक... तू म्हणजे ना...''

''सर्वांत जुना माणूस आहे मी इथला. डे-वन पासून. डिसुझासाहेबांबरोबरचा.''

''माहीत आहे मौलिक. तू त्यांना सतत साथ...''

''गेले ते. खूप चांगला होता माणूस. बरं, तर तुम्हाला उसवेकरांनी बोलावलं आहे.''

''जाते.''

डिसुझासरांचा विषय निघाला की, मौलिकचे डोळे नेहमी भरून येतात. आत्ताही... खरंच, मौलिकचं ह्या ऑफिसातलं महत्त्व अपार. एक वेळ बॉसलोकांना मान मिळणार नाही, पण मौलिकला सलाम ठोकला जाईल. हा प्यून नाही, सर्वेसर्वा...

''सर, मे आय कम इन?''

''ये अमोलिका, प्लीज कम. प्लॅन तयार झाला?''

''येस् सर.''

''मला बघायचा आहे.''

''आत्ता फॉरवर्ड करते.''

''गुड. आज दुपारी मीटिंग आहे. प्लॅन तुझा आहे. सो, यू शूड बी देअर.''

''राइट सर.''

''ओके. दुपारी तीन वाजता. कॉन्फरन्स रूम नं. चारमध्ये.''

''ठीक आहे.''

कामाला लागायलाच हवं. आता हे कुठेतरी हरवणं बंद झालं पाहिजे.

हॉस्पिटलचा प्लॅन समोर होता. वेटिंग रूम... नो– आधी मेन गेट. ह्यूज. मग बाग– वातावरण प्रसन्न हवं, ते मुख्यत: हॉस्पिटल्समधून. पेशंट्सना बरं वाटतं. ओके. मग? मेन एन्ट्रन्स. इथे एक फाऊंटन. मेन एन्ट्रन्सच्या बाहेर त्या फाऊंटनला वळसा घेऊन गाडी मेन डोअरपाशी थांबेल. ऑटोमॅटिक स्लाइडिंग डोअर नं. १. मग चेकिंग सिक्युरिटी हवीच. माणसाचा श्वास सिक्युअर्ड नाही, तरीही सिक्युरिटी

आवश्यक. मग सेकंड डोअर– तेही ऑटोमॅटिक. मग समोर रिसेप्शन. डाव्या हाताला इन्क्वायरी काऊंटर. उजव्या हाताला टेलिफोन ऑपरेटर्स... फोन...

फोन वाजतोय.

"हॅलोऽऽ"
"मी बोलतोय."
"बोला."
"बोला काय? वाजले किती? तुझा फोन नाही आला?"
"कामात आहे मी नरोत्तम. घड्याळाकडे लक्षच नाही गेलं."
"छान. यूसलेस."
"चिडलास? वा! कित्ती मस्त!"
"किती वाजता भेटणार आहेस?"
"उशीर होईल कदाचित, पण येते. आठ वाजता."
"शार्प आठ."
"ओके."

नरोत्तम– वा! काय पण नाव आहे! पण पोरगा खरंच नरोत्तम आहे. देखणा, हुशार, प्रेमळ. आता जर आठ वाजता पोहोचले नाही, तर लहान मुलासारखा रुसून बसेल. अमोलिका मॅडम, चला– लवकर-लवकर आटपा. तर, टेलिफोन ऑपरेटर... लिफ्ट्स– पेशंट्साठी. ओपीडीसाठी– डॉक्टर्स, स्टाफसाठी– वेटिंग हॉल...

"किती वेळ वाट बघू? चल ना, जेवण थंड होतंय."
"अकील, तू सुरुवात कर."
"नहीं, ये हो नहीं सकता।"
"चल– तू ऐकणार नाहीस."

"नरोत्तम कसा आहे?"
"गुड. फाइन. आज भेटणार आहोत."
"तू नक्की लग्न करणार आहेस त्याच्याशी?"
"हं."
"विचार कर."
"अकील–"

"मी मराठी हवा होतो; मग तू मला नाकारलं नसतंस."

"तसं काहीही नाही. मी जात वगैरे मानत नाही."

"तो फिर तकलीफ क्या है? तुझ्यासाठी मी मराठी शिकलो. मस्त बोलतो. कोई नहीं पहचानेगा मेरी मराठी सुनकर के मैं मुस्लिम हूँ ।"

"सच कहा. पण भाषा आली, तसं बोलतोस म्हणून..."

"काश... तू मुझे समझ सकती!"

"अकील, आपण जेवायचं आहे ना? भूक लागली आहे मला."

"चलो."

"प्रोजेक्ट मस्त होईल. मला खात्री आहे."

"तू डिझाइन केलं आहेस, तर मग प्रश्नच नाही."

"माझा मेडिकलचा अभ्यास झिरो आहे, म्हणून थोडं टेन्शन आहे."

"डोन्ट वरी. न शिकताही तुला समोरच्याला मस्त कापता येतं, जखमी करता येतं; पण जखम भरून काढण्यासाठी–"

"म्हणूनच तर हॉस्पिटल्स असतात."

"तू ऐकणार नाहीस का?"

"अकील, अनेकदा बोलणं झालं आहे आपलं. विनाकारण... आपण मस्त मित्र आहोत. ती मैत्री मला हरवायची नाहीये."

"अम्मीजानने बिर्याणी पाठवली आहे तुझ्यासाठी."

"ग्रेट!"

मी बिर्याणी खात राहिले; पण माझ्या डोळ्यांसमोर अम्मीजान तरळू लागली.

कॉलेजचे दिवस म्हणजे धम्माल. कसलं टेन्शन नाही, स्वातंत्र्य. खेळ, कॉलेज डेज् आणि अभ्यास. त्यातून अभ्यास जर आवडीचा असेल, तर अभ्यासही खेळ बनतो. प्रॅक्टिकल्स... त्यासाठी कुठे कुठे जाणं. आपलं आपणच. सुरेख लोकेशन्स शोधायची आणि निसर्गाकडे तासन्‌तास बघत राहायचं. त्याला कॅनव्हासवर चितारत राहायचं. ह्या निसर्गात आपणही अशीच कलाकृती उभारायची– जिला बघून लोक अचंबित होतील– हे स्वप्न, हेच ध्येय.

नालंदा युनिव्हर्सिटी बघायला गेलो होतो. किती कल्पकता आणि कोणत्याही साधनांशिवाय आखली गेलेली ती वास्तू! तिथेच अकीलशी मैत्री झाली. तीन वेळा नमाज पढणारा अकील... अगदी मनोभावे! त्याचे भाव मनाला गुंतवून ठेवायचे. त्याचे डोळे मिटलेले– तरीही त्या डोळ्यांतले सच्चे भाव दिसत राहायचे. एकटक बघत बसायचो आपण त्याच्याकडे. तिथेच सुरुवात झाली असावी, कारण मुलं-

मुली तेव्हा आम्हा दोघांना चिडवायची एकमेकांवरून. आम्ही ते हसण्यावारी न्यायचो. मी आजही हसण्यावारीच नेते. पण अकील गुंतला. तशी तर मी सामान्य. चारचौघींसारखी. अकील खानदानी मुसलमान. गोरा, उंच-आडवा, भारदस्त. खरं तर कुणीही प्रेमात पडावं, असा. पण मी नाही प्रेम करू शकत त्याच्यावर– आजही.

नालंदाहून आलो आणि अकीलने प्रपोज केलं होतं. मग माझा नकार. मी धर्मद्वेष्टी नाही, पण तरीही अम्मीजान वेगळीच बाई. तिने मला भेटायला बोलावलं. मी गेले. सुरेख, गोरीपान, नीटस. स्वच्छ घर आणि अगदी ऐसपैस.

"सलाम."

"जिती रहो बेटी। कैसी हो?"

"अच्छी हूँ। आपने मुझे बुलाया तो चली आयी।"

"अच्छा किया. देखना चाहती थी तुझे! अकील बहोत कहता है तुम्हारे बारेमें।"

"जी."

"बिर्यानी खाओगी?"

"जी।"

"अकीलऽऽ, बेटा ले आऽऽ!"

"माँजी–"

"अम्मी..."

"अम्मी– नहीं. अभी भूख नहीं है..."

"टेस्ट कर ले। जी चाहे तो खा लेना। जा बेटा, ले आ।"

संपूर्ण खाऊन टाकली होती; एक शीतही बाकी ठेवलं नव्हतं. आजही बिर्याणी होती समोर– कितीतरी दिवसांनी! आई-बाबांना माझं अकीलच्या घरी जाणं फारसं पसंत नव्हतं; पण त्यांनी कधी अडवलंही नाही. अम्मीजानमध्ये काहीतरी जादू होती. तिला भेटावंसं वाटायचं. अकील नसला घरात, तरीही मी जात राहिले. तिचं मोठेपण. तिने कधीही विचारलं नाही की मी अकीलला का नाकारलं? अकील लहान असतानाच अब्बाजान अल्लाला प्यारे झालेले; पण एकदाही मी अम्मीजानला रडताना, नशिबाला दोष देताना ऐकलं नाही. दावतच्या ऑर्डर्स घ्यायची अम्मीजान. अजूनही घेते. तिच्या हाताखाली दहा-बारा जणं असतात. शाही दावत! प्रत्येक पदार्थ दिसायला सुंदर आणि चवीलाही. लोडाला टेकून बसलेली अम्मीजान... पानदान तिचं आणि सुबक पान तयार करणारी तिची लांबसडक बोटं... सौंदर्य– हे इतकं? आणि मी? तिच्यापुढे अगदीच सुमार. अकीलपुढेही. तरीही त्यांना हवीशी.

हेच कारण होतं का माझं अकीलला नाकारण्याचं? त्यांच्यात दोन-दोन निकाह करतात. उद्या अकीलला कुणी सुंदर प्यारी झाली तर माझं काय, ही भीती होती का?

"खा ना! अच्छी नहीं लगी बिर्यानी?"
"अच्छी है! अम्मीजान को सलाम मेरी तरफ से।"

■

२

अमोलिका अस्वस्थ झाली. नरोत्तम भेटला. बोलला. पण तिला समजत नव्हतं की, तो असा का वागला?

"अमोलिका, रात्र बरीच झाली आहे. झोप आता."

"हो बाबा."

"काय झालंय? काही बिनसलं आहे का?"

"नाही."

"बोल."

"मी आज नरोत्तमला भेटले होते. बाबा, मला तो काही वेगळाच वाटला."

"म्हणजे कसा?"

"सांगता येणार नाही शब्दांत मला... पण वेगळा."

"लग्नाची तारीख जवळ येत आहे. जे काही मनात आहे, ते बोलून टाक. आत्ताच निर्णय घ्यायला सोपं जाईल."

"म्हणजे?"

"लग्न करायचं आहे ना तुला?"

"हो बाबा. असं का विचारताय?"

"शंका आली, म्हणून. मग सांग आता– वेगळा होता, म्हणजे नक्की काय केलं त्याने?"

"मोकळेपणाने बोलू?"

"अर्थात!"

"तो आज एकटक माझ्या छातीकडे बघत होता."

"असं?"

"मी काय बोलत्येय, त्याला काय सांगत्येय– त्याचं लक्षच नव्हतं. हे विचित्र आहे. अस्वस्थ वाटतंय मला."

“काही बोलणं झालंच नाही?”

“होते ना मी बोलत... पण तो–”

“काय म्हणाला? अं... थांब, आईला बोलावतो तुझ्या.”

“तसं काही नाही बाबा. तुम्हीच मला विचार दिलेत ना... मोकळेपणानं बोलण्याचे? मला आठवतंय–”

“काय?”

“तुम्ही मला सांगितलं होतंत की, शरीर हे एकसंध आहे. आपण शरीराला विभाजलं, निर्मळ मनाने हात हातात घेतला, तर तो स्पर्श पवित्र असतो. जसं हाताबद्दल मोकळेपणाने बोलता येतं, तसंच शरीराच्या इतर अवयवांबद्दलही मोकळेपणाने बोलता येत असेल, तर मन पवित्र आहे असं समजावं.”

“तुझ्या लक्षात आहे तर!”

“नरोत्तमची नजर पवित्र नव्हती बाबा.”

“समजलो. पण असाही विचार कर– तरुण आहे, पुरुष आहे; त्याच्या जीवनाची होणारी सहचारिणी त्याच्यासमोर आहे, ही व्यक्ती आता आपली– असा भाव आहे. निसर्ग, तेव्हाचं वातावरण, त्या मनातले दिवसभरातले प्रसंग-भावना... ह्या सगळ्याचं मिश्रण म्हणजे ती नजर असेल तर?”

“हॉटेल असलं, तरीही गर्दी होतीच. समोरच्या, शेजारच्या टेबलांवर माणसं होती. त्यांनाही हे दृश्य दिसलं असणारच. हा माणूस इतकं एकटक कशाकडे बघतोय, हे बघण्यासाठी त्यांचीही नजर जर माझ्या...”

“समजू शकतो. शांत हो. अं... हे बघ, उद्या पुन्हा त्याला भेट. काय अनुभव येतो, ते बघ. मग ठरवू आपण.”

“आणि उद्या, परवा वेगळा वागला आणि नंतर म्हणजे लग्नाच्या दोन-चार दिवस अगोदर पुन्हा तसा काही वागला तर?”

“लग्न मोडून टाकू– समाज, नातेवाईक, कुणाचीही भीड न बाळगता.”

“माझंच काहीतरी चुकत असेल, नाही तर.”

“तसंही असू शकतं.”

“बरं वाटलं बाबा. आता मन मोकळं झालं. झोपते शांत.”

“नीज.”

नरोत्तम मस्तीत होता. अमोलिका त्याला आवडली होतीच. ओळख झाली ती फेसबुकवर. रक्षिताच्या फ्रेंड्स लिस्टमध्ये त्याने अमोलिकेचा फोटो बघितला आणि फ्रेंड रिक्वेस्ट टाकली. एकदा, दोनदा, पाचव्यांदा; पण काही उपयोग झाला नव्हता. शेवटी त्याने रक्षिताला सांगितलं– म्हणजे, गळच घातली. आणि रक्षिताने अमोलिकेला.

मैत्री व्हायला मग वेळ लागला नाही. पण ही मैत्री फेसबुकपर्यंतच मर्यादित होती. नरोत्तमला आश्चर्य वाटायचं की, ही पोरगी कधीच 'भेटू या' असा मेसेज पाठवला की नकार का देते?

"रक्षिता, ही पोरगी स्वत:ला समजते काय?"

"जसं तू स्वत:ला समजतोस, तसंच..."

"कमॉन! आर्किटेक्ट आहे ती; मिनिस्टर नाही."

"साधा असिस्टंट मॅनेजर आहेस तू; कुणी..."

"बास. 'साधा' नाही आहे. मॅनेजरपेक्षा असिस्टंटला जास्त महत्त्व असतं."

"हट्! वाट्टेल ते बोलू नकोस. एवढा महत्त्वाचा असतास, तर मी भीक घातली असती तुला. किती मागे लागला होतास माझ्या!"

"आता तू आहेस चार्मिंग तर..."

"गप रे!"

"सोड ना. नाही ना भीक घातलीस मला; मग जाऊ दे. पण अमोलिका... सांग यार तिला काही."

"टाइमपास– होय ना?"

"नहीं यार, शादी करनी है उससे– शप्पथ."

"खरं?"

"हो."

"बघते."

"थँक्यू."

"ते नंतर. चल, बाय."

"मी सोडतो ना तुला घरापर्यंत."

"नको."

"तुझी मर्जी."

"आहेच. मी तुझ्या बाइकवर बसणार, तू मुद्दाम जोरात ब्रेक मारणार; मग मी तुझ्यावर आदळणार... आणि..."

"वा-वा– क्या बात है! मी फक्त विचार करत होतो; तू तर बोलून दाखवलंस."

"चल्, चावट!"

"तुला आवडतं ना पण?"

"चलता है यार!"

"बस मागे– सुसाट नेतो तुला."

"पक्का? चल."

अमोलिकेला रस्त्यात बघून रक्षिता धावली. गर्दीतही तिने धावत जाऊन तिला पकडलंच.

"अमोलिका ऽऽ"

"हाय! काय झालं गं? धाप का लागलीये?"

"तुला गाठायचं, म्हणून पळत आले."

"कशासाठी? आणि इतकं महत्त्वाचं होतं तर फोन करायचा होतास."

"आज करणारच होते. कॉफी?"

"उशीर होईल."

"चल यार, अर्ध्या तासाने काही फरक पडत नाही. चल–"

"बोल."

"अंऽऽ स्ट्रेट टू द पॉइंट. तुला नरोत्तम शोधतो आहे."

"कोण?"

"नरोत्तम– माय फ्रेंड... अँड इव्हन युवर्स!"

"ओ! बरं. कशासाठी?"

"एक चिकणा पोरगा एका तरुण मुलीला का शोधत असेल?"

"हाऊ डू आय नो?"

"ही इज इंटरेस्टेड इन यू."

"व्हॉट? मॅड! म्हणून मला थांबवलंस? मी पळते. गेटिंग लेट."

"संध्याकाळी भेट. मी वाट बघते."

"ट्राय करेन."

'झोपते' असं सांगूनही अमोलिका जागीच होती. एक-एक प्रसंग तरळत होते. पंख्याकडे एकटक बघत. त्या पंख्यावर– गोलाकारावर रेषा आत-बाहेर करत होत्या. लहानपणी तिनेच त्या चितारल्या होत्या. कमी स्पीडवर पंखा लावून एके ठिकाणी स्केचपेन धरून ठेवलं होतं. जसा पंखा फिरत राहिला, स्केचपेनच्या रेषा गोलाकार उमटत राहिल्या. पंखा जोरात फिरला की, त्या रेषा बाहेरून मध्यावर आणि मध्यावरून बाहेर खेचल्या-फेकल्या जातात. एकटक बघितलं, तर ध्यानही लागेल. गरऽगरऽऽगरऽऽगरऽऽ

"किती वेळ असा एक्सिलेटर देऊन रेझ करत राहू? गरऽगरऽऽगर... बसा ना– मी हळूच नेईन बाइक."

नाइलाजाने आपण बसलो– रस्त्यावर तमाशा नको म्हणून. नरोत्तमने खरोखरच सावकाश चालवली बाइक. कॉफी शॉपपाशी बाइक थांबली आणि आपण उतरलो. नरोत्तमही बाइक पार्क करून आला.

"दोन मिनिटं बोलू?"

"हं."

"मैत्री करायला काही हरकत आहे का?"

"------"

"सांगा ना!"

त्याची केविलवाणी नजर. नजरेतलं आर्जव माझ्या अहंकाराला समाधान देत राहिलं... आणि मी अगदी अनाहूतपणे मैत्रीसाठी 'हो' म्हणून गेले. मग रोजच होत राहिलं. नरोत्तमने ऑफिसच्या गेटवर बाइकसकट माझी वाट बघणं, मी त्याच्याबरोबर तो नेईल तिथे जाणं आणि त्यानेच नंतर घरापर्यंत सोडणं... आईला समजलं, तेव्हा घरात आदळ-आपट झाली.

"कुणाबरोबर हिंडत असतेस? किती काळ चाललंय हे? नाक कापलंस आमचं. शिकवलं, मोठं केलं; एकुलती एक म्हणून वाट्टेल ते लाड केले... मुलासारखं मानलं, वागवलं, स्वातंत्र्य दिलं– आणि तू?"

"आई, मी काहीही चुकीचं केलेलं नाहीये."

"वर पुन्हा हे?"

"बाबा, त्याचं नाव नरोत्तम फडणीस. प्रायव्हेट कंपनीत असिस्टंट मॅनेजर आहे. हुशार आहे, दिसायला चांगला आहे, आपल्याच जातीचा आहे. प्रॉब्लेम काय आहे मग? आणि मित्र आहे; अजून काहीही नाही."

"बरं. पण ही मैत्री कशी काय?"

"रक्षिताचा मित्र आहे तो. तिच्याच ऑफिसमध्ये काम करतो. तिनेच ओळख करून दिली."

"सांगा बाई, आता काय म्हणायचं आहे तुम्हाला?"

"काही नाही. हो, पण म्हणायचं आहे. मित्र असा रोज-रोज स्वतःची कामं सोडून हे पार्सल घरापर्यंत पोहोचवायला येईल?"

"अमोलिका, बाईंचा प्रश्न योग्य आहे."

"मला मुलगा मानता; तसंच वाढवलंत. खरंच, तुम्हाला मुलगा असता– म्हणजे मी मुलगा असते, तर हा प्रश्न विचारला असतात?"

"नाही. नसता विचारला. पण बाई गं, मानणं आणि असणं ह्यात फरक आहे

ना? मोठी झाली आहेस तू. मुलगी म्हटलं की, जन्मापासून ते तिचं लग्न होईपर्यंत काळजीच असते.''

''आणि लग्नानंतर?''

''मग काय हव्वा तो गोंधळ घाला नवरा-बायको...''

''अस्सं! म्हणजे, लग्न लावून दिलंत की ओझं उतरलं डोक्यावरचं– काळजी संपली...?''

''समाजात असंच असतं.''

''पण तुम्ही मला समाजाशी टक्कर द्यायला शिकवलंत.''

''मी नाही, हे तुझ्या बाबांचं फॅड. नको त्या वयात काहीही सांगत राहिले.''

''बाई, त्यात काय चूक आहे? गैरसमज होऊन चुकीची मतं तयार होण्यापेक्षा सत्याला सामोरं जावं– ही शिकवण चूक?''

''कसलं सत्य? आणि कशासाठी? समजल्या असत्या गोष्टी योग्य वेळी.''

''बाई, आता तुम्ही संदिग्ध बोलता आहात.''

''स्पष्ट बोलू? बोलतेच. अमोलिका असेल सहावीत-सातवीत. आपण टीव्हीवरचा कुठलासा कार्यक्रम बघत होतो. मधे जाहिराती सुरू झाल्या. त्यांतली ती जाहिरात डिओडोरंटची– तो स्प्रे मारतो आणि कुठून कुठून बाया येतात... आठवते?''

''हं.''

''हिने विचारलं बाबा, ही कसली जाहिरात? आणि ह्या बायका काय करताहेत?''

''मग?''

''अच्छा, सांगतेच. काय उत्तर दिलं होतंत तिला?''

''आई, मीच सांगते. बाबांनी सांगितलं होतं– 'बेटा, ह्या जाहिरातीचा अर्थ असा की, जेव्हा एक पुरुष ह्या कंपनीचं डिओ वापरतो, तेव्हा अनेक बायका कामुक होतात त्या सुगंधाने. कामुक म्हणजे सेक्स. पण लक्षात ठेव– असं काहीतरी वापरून त्या भावना जागृत होतात, हे खरं नाही. कंपनीला आपलं प्रॉडक्ट विकायचं आहे, म्हणून ही अशी जाहिरात त्यांनी केली आहे. बेटा, प्रत्येकाच्या मनात कामुक भावना असतात; पण त्यांना बीभत्स होऊ द्यायचं नसतं आणि ते आपल्याच हातात असतं. भावनेचं वासनेत रूपांतर झालं की ते पाप,' असं बाबांनी सांगितलं होतं आणि ते आजही माझ्या लक्षात आहे. आणि म्हणूनच आजपर्यंत माझं पाऊल कधीही वाकडं पडलं नाही. मी माझ्या मैत्रिणींसारखं कधीही चोरून काही केलं नाही. ना अश्लील पुस्तकं वाचली, ना तशी चित्रं बघितली. आवश्यकताच वाटली नाही.''

''बाई, पोरगी खरंच मोठी झाली. तू नरोत्तमला एकदा घेऊन ये घरी. भेटव आम्हाला. तुझा मित्र आमचाही मित्र होऊ शकतो.''

"येस् बाबा."

पंख्यावरच्या रेषा आत-बाहेर करत आहेत. मनातले विचार-प्रसंगही आत-बाहेर करत आहेत. अगदी ताजे– जणू आत्ता घडत आहेत. एकाच वेळेस मी प्रसंगातही आहे आणि इथे पलंगावरही. भूतकाळ-वर्तमानकाळ एक होऊन गेला आहे.

"रक्षिता, नरोत्तमने प्रपोज केलं आहे मला."

"ये तो होनाही था! मला माहीत होतं– आज ना उद्या तो तुला..."

"म्हणजे?"

"म्हणजे, काही नाही. सतत तुझा विचार, तुझ्याबद्दल बोलणं... मी तर कंटाळून जाते ऑफिसमध्ये. शेवटी मीच त्याला म्हटलं, इतकं वाटतं तर विचार ना तिला."

"मी होकार नाही दिलेला अजून."

"का?"

"तसं ठोस कारण सांगता येत नाहीये, पण काहीतरी वेगळं वाटतं. नक्की काय, हे अजून समजत नाहीये."

"अति विचार– बास! अजून काही नाही."

"असेलही."

"अशाने बिनलग्नाची राहशील."

"शक्यता आहे."

"अमोलिका, हे जरा अती होत नाहीये का?"

"तू का इतकी उतावीळ झाली आहेस माझ्या लग्नाकरता?"

"मी? नाही गं, तो उतावीळ झाला आहे."

"बरं, बघते."

अमोलिका खिडकीतून बाहेर बघत राहिली. चंद्रकोर पुसट होत होती. चांदण्या अधूनमधून लुकलुकत होत्या. उद्या नरोत्तमला भेटायचंच– हा विचार करता-करता कधीतरी तिला झोप लागली.

■

३

“आई, आज उशीर होईल गं यायला घरी.”

“तो तर रोजच होतो. त्यात नवीन काय?”

“नरोत्तमला भेटणार आहे.”

“काय बोलणं चाललं होतं काल रात्री बाबांशी?”

“तुला त्यांनी सांगितलं नाही?”

“तुम्ही दोघं असे आहात की... माझ्यापर्यंत गोष्टी उशिराच पोहोचतात.”

“आता हे काय नवीन?”

“नवीन? आठव. अगदी शाळेपासूनचं आठव एक-एक.”

“तू पुन्हा...”

“असं म्हणून मला गप्प करतेस नेहमी; पण आज बोलणार मी.”

“बोल.”

“तू विद्याभवनमध्ये ॲडमिशन घेतलीस– मला सांगितलंस?”

“बाबा...”

“तेच– तेच मी म्हणत्येय. का शाळा बदललीस?”

“तुला माहितीये ते.”

“तुला मी नको होते.”

“आई, तू मला कायम हवी आहेस; पण ती आई म्हणून, बाई म्हणून नाही. तू सतत माझ्यावर वॉच ठेवत होतीस. तू नाही, तर इतर टीचर्स. मला काही फ्रीडमच नव्हतं शाळेत. मी वर्गात काय करते, मार्क किती, खेळात पहिली येते का, गॅदरिंगमध्ये नीट डान्स करते ना... चित्रकला स्पर्धेत बक्षीस मिळालं का?... कुणाशी बोलते, मित्र कोण?... सतत वॉच!”

“तुझ्याचसाठी ना? तुझा सर्वांगीण विकास व्हावा म्हणूनच ना?”

“हो. पण दडपण येत होतं मला.”

“म्हणून बाबांना फितवलंस.”

“आईऽऽ फितवलं काय? स्पष्ट सांगितलं. त्यांना पटलं म्हणून...”

“किती ऐकून घ्यावं लागलं होतं मला नंतर. मी एवढी शिक्षिका– तीही आवडती आणि सगळ्यात...”

“माहीत आहे.”

“आणि माझीच मुलगी मला कंटाळून...”

“तसं नाही गं. आणि आत्ता का बोलतोय आपण? जुना विषय झाला तो. मी शाळेतून बाहेर पडून बारा वर्षं झाली आहेत.”

“जखम भरून येत नाही अशी. विषय निघाला की, भळाभळा वाहू लागते.”

“आई, ही पुस्तकी भाषा बोलू नकोस हं. चल, मला उशीर होतोय. रात्री बोलू.”

“गठ्ठा पडलाय पेपर्सचा. तपासायचे आहेत. मला वेळ नाही रात्री.”

“बरं, उद्या बोलू.”

“पूर्वी तू पेपर्स तपासायला मदत करायचीस– आठवतं?”

“पण आता वेळच..”

“नरोत्तमसाठी आहे ना वेळ?”

“तूच लग्न ठरवलंस ना माझं त्याच्याशी?”

“आता त्याचे आई-वडील आले, स्थळ चांगलं आहे, तुझंही वय झालंय तर..”

“मग तुझ्या चांगल्या स्थळालाच भेटणार आहे... निघते.”

नरोत्तम खुशीत होता. अगदी विनासायास सगळं सुरळीत घडत होतं. फेसबुकवर अमोलिकेला बघितल्यावर त्याने ठरवलंच होतं की, लग्न करायचं तर हिच्याशीच. असं काय होतं तिच्यात? सावळा रंग, केसही बेताचेच लांब– खांद्यापर्यंत. मध्यम बांध्याची. पण तरीही... नरोत्तमच्या घरच्यांनी जेव्हा तिचा फोटो बघितला, तेव्हा तर कुणालाच ती पसंत पडली नव्हती. प्रत्येक जण म्हणत होतं की, तुला ह्यापेक्षा कितीतरी चांगली स्थळं मिळतील. तुझ्याइतक्या हँडसम मुलाला ही मुलगी? पण त्याने दुर्लक्ष केलं. का? ह्या ‘का’ ला काही उत्तर नाही.

आत्ताही नरोत्तम ऑफिसमध्ये ह्याच ‘का’चा विचार करत बसला होता.

“येस् हुड. व्हॉट्स अप्?”

“ओः सॅम, कम इन. बैठो.”

“क्या चल रहा है?”

"नथिंग!"

"जस्ट थिंकिंग ऑफ अमोलिका? ॲम आय राइट?"

"अं, येस्."

"कमॉन ब्रो. टेल मी. इज एव्हरिथिंग इज ओके?"

"येस्."

"कब मिला रहे हो?"

"आज मिल ले– शाम को."

"ओके."

"सॅम."

"येस्, एनी मेल?"

"तू साला... अभी भी?"

"क्यों नहीं यार?"

"भेजता हूँ।"

"जोक्स?"

"येस् पुरा पेज भर के..."

"स्सालाऽऽ तू क्या कम है?"

"धिस इज लाइफ! पुरा दिन ये मीटिंग, वो सबमिशन, कुछ तो रिलिफ चाहिए?"

"ॲब्स्योल्यूटली... मुझे भी... चल. इव्हन आय ॲम सेंडिंग यू... ये देख... साइन इन– युजर नेम– पासवर्ड– मेल– ओपन– क्लिक– क्लिक– फॉरवर्ड– सेन्ड! गयाऽऽ स्साले, तू भी क्या याद करेगा!"

"चल, सी यू. बाय."

सकाळी-सकाळी कामधंदे सोडून मेल फॉरवर्ड करायचं म्हणजे, हाइट झाली. कामाला लागा नरोत्तम! 'नरोत्तम'... काय नाव आहे आपलं! आईला, नो– सॉरी! आत्याला कसं काय समजलं असेल की, हा तेरा दिवसांचा पोरगा 'नरोत्तम' होईल भविष्यात? तसे आपण आहोतच. हॅंडसम, इंटरेस्टिंग आणि नरांत उत्तम! कॉलेजमध्ये पोरी मागे-मागे असायच्या. कुणाला भाव द्यायचा? नो– सॉरी, कुणाकुणाला भाव द्यायचा? आजही ती पूर्णा आपली वाट बघत्येय. लग्न करायची थांबलीये; पण आपल्याला आवडली अमोलिका. सावळी. सगळेच म्हणतात की, ती मला शोभत नाही. इतक्या सुंदर-सुंदर मुली असताना ही काळी पोरगी कशी काय आवडली? रक्षिता आजही आवडते, पण तिला मी आवडत नाही. म्हणजे, आवडतो; पण मित्र म्हणून. जस्ट फॉर टाइमपास. टाइमपास तर टाइमपास. आपल्या बापाचं काय

जातं? बोल्ड आहे. तिला हवं ते ती मिळवते– अगदी बिनधास्त! आपणसुद्धा गेलो होतोच की. काय त्या हॉटेलचं नाव? सोड ना! नो– सॉरी, आठवायला हवंच. अशा गोष्टी महत्त्वाच्या असतात. उद्या अमोलिकाला घेऊन जावंसं वाटलं तर? म्हणजे, जायला हवंच. नुसता शरीराचा उभार बघून काय उपयोग?

नरोत्तम विचारात हरवला होता. विचार करता-करता स्वप्नातही गेला आणि स्वप्नातच त्याला त्याच्या 'का'चं उत्तर मिळालं. तो मनात म्हणाला, ती मला किती अनुरूप आहे, हे कुणालाच कळणार नाही. नुसता पांढरा रंग काय उपयोगाचा? तो स्वत:शीच हसू लागला.

इन बॉक्समध्ये ताजं मेल येऊन पडलं. नरोत्तमने ओपन केलं. सॅम, स्साला ऽऽ महान आहे! काय फाकडू आहे ही. ओहोहोऽऽ आहाहाऽऽ

"नरोत्तम.."

"------"

"ए फणशा..."

"------"

"न्याऽऽ"

"कोण आहे? वैताऽऽग!"

"दास सरांनी आठवण काढली आहे नऱ्याची."

"ओ:! झाली, दिवसाला सुरुवात झाली."

"एवढा कुठे गुंतला होतास?"

"बघ तूही."

"छोड यार– कामात आहे. आय मस्ट गो."

"ओके. फॉरवर्ड करू?"

"ग्रेट. प्लीज डू सो."

"डन– क्लिक– ओपन– फॉरवर्ड– मेल आयडी– सेंड."

"थँक्स."

"वेल कम– चलो– दासजी को मिलते है!"

आता ऑफिस दुपारपर्यंत खणखणत राहील. नरोत्तमला ह्या नवीन पद्धतीच्या केबिन्स आवडतात. अगदी हवी तर प्रायव्हसी, हवं तेव्हा गर्दीत. हाफ केबिन्स! ही प्रायव्हेट फर्म! आओ-जाओ– चालू असतं. वेळेचं बंधन नाही. रिझल्ट्स हवेत.

आपल्या देखण्या पोराला मस्त पॅकेज मिळालं, म्हणून सौ. फडणीस खुशीत असायच्या. आता सून घरी यायला हवी; पण नरोत्तम नकार देत होता आणि

अचानक एक दिवस त्याने लग्न करायचं, असं जाहीर केलं. एकुलता एक मुलगा. जाडा-भरडा पगार. देखणा– अर्थातच सूनही तशीच हवी. सुंदर, गोरी, नीटस, देखणी. पण जेव्हा अमोलिकेला फेसबुकवर बघितलं, तेव्हा सौ. फडणीसांचा हिरमोड झाला. तेव्हा त्या श्री. फडणीसांना म्हणाल्याही होत्या–

"बघितलात फोटो? ही मुलगी? सून म्हणून?"

"नरोत्तमला आवडली आहे ना?"

"काय, बघितलं काय त्याने हिच्यात?"

प्रश्न चालूच राहिले. एकाने दुसऱ्यात काय बघितलं, हे तिसरा कसं सांगू शकणार? माणसं मजेशीर असतात. एकाने दुसऱ्याबरोबर काय केलं, एक कसा वागतो दुसऱ्याबरोबर– का वागतो तसा– ह्याचं उत्तर तिसरा माणूस चौथ्याला कसा काय देणार? आणि असा प्रश्नच का विचारावा चौथ्याने? आणि तिसऱ्याने काहीही माहिती नसताना उत्तर तरी का द्यावं?

"आता झालं ते झालं. आपणच गेलो ना अमोलिकाला मागणी घालायला? आणि काय वाईट आहे? उत्तम आर्किटेक्ट आहे. एकुलती एक मुलगी. चांगली नोकरी. चेहऱ्यावरून तरी शांत, समंजस वाटली. नरूसाठी अशीच मुलगी हवी. हा उतावळा, अस्थिर. आज ह्या कंपनीत, तर उद्या त्या कंपनीत. थोडा पैसा जास्त, पगार जास्त– की चालला."

"वाईट काय त्यात?"

"तुला समजत नाही. कुठे तरी स्थिरता हवी. सिनिऑरिटी म्हणूनही काही एक गोष्ट असते. आणि पैशांसाठी चाललेली ही धावपळ, चंचलता स्वभावात उतरते. असाच जर तो राहिला तर उद्या... बोलू नये, पण अमोलिकेऐवजी आणखी कुणाच्या तरी प्रेमात..."

"खरंच, काय वाट्टेल ते बोलताय आता! तोच मागे लागला ना आपल्या– की जा, भेटा तिच्या आई-वडिलांना. मग?"

"सगळं मान्य. पण आपल्या चिरंजीवांना आपण ओळखतो."

"मोठा झालाय आता. समंजस..."

"वयाचा आणि सामंजस्याचा काहीही संबंध नाही."

"बरं. मी बोलायला काय आले आणि विषय निघतोय दुसराच!"

"बोला."

"लग्न जवळ आलंय. तशी तयारी झाली आहेच, पण एकदा नजर टाका यादीवर. कुणाचं नाव राहिलं नाही ना?"

"बघतो–"

"हा कागद."
"कॉम्प्युटरला सेव्ह केली आहेत नावं."
"बरं. मला काही तो खोका समजत नाही."
"किती काळ स्वत:चं कौतुक करत राहशील?"
"कौतुक?"
"मग? समजत नाही, हेच भूषणावह वाटू लागलंय तुला."
"आता?"
"पोरगा बघ तुझा– मास्टर आहे कॉम्प्युटरमध्ये!"
"असणारच. शाळेत असल्यापासून शिकतोय. आम्हाला काही होतं का असं?"
"मलाही नव्हता कॉम्प्युटर शाळेत असताना."
"बरं, पुरे. शिकेन."
"ये– दाखवतो तुला कसा ऑपरेट करायचा ते."
"वेळ नाही मला. आज सप्र्यांकडे जायचं आहे. साखरपुड्याची अंगठी, साडी, पोषाख... खरेदी आहे बरीच."
"अरे हो! वेळ ठरली आहे ना? किती वाजता जायचंय?"
"चार वाजेपर्यंत निघू या."
"ठीक आहे."

दुपारचे दीड-दोन म्हणजे लंच टाइम. आपापल्या सवडीनुसार आणि कामानुसार प्रत्येक जण लंच घेणार. सॅम, अक्षय आणि नरोत्तम मात्र एकत्रच लंच घेतात. रक्षिता कधी जॉइन होते, कधी नाही. आज तिघांनाही रक्षिता नको होती. सकाळी एकमेकांना पाठवलेल्या मेल्सवरून तिघांनाही काही ना काही बोलायचं होतं. अशी मेल्स, त्यावरची चर्चा बायकांसमोर करता येत नाही. तिघं सटकले. ऑफिसच्या समोर असलेल्या उडप्याकडे रस्सम-भातावर ताव मारायचा, हे नरोत्तमने ठरवलं होतंच.

"काय उकडतंय!"
"ही तर जस्ट सुरुवात आहे."
"बट, मुंबई इज फाइन. घाम येतो– ते चालतं. ड्राय ॲटमॉस्फिअर इज टू बॅड."
"राइट. बट इट्स टू हॉट!"
"आणि त्यात हॉट मेल्स!"
"स्सालाऽऽ"
"कोण तयार करत असेल अशी मेल्स?"

"आणि मेल आयडी कसा मिळतो त्यांना?"

"इट्स इझी टू फाइंड आउट."

"येस्. बट व्हॉट आय मीन टू से इज– त्यांना कसं कळतं की, वुई आर इंटरेस्टेड इन सच मेल्स?"

"व्हाय एनी वन शुड बॉदर फॉर दॅट? पसंत आहे की नाही– डझंट मेक एनी डिफरन्स!"

"फर्गेट यार! जस्ट थिंक अबाउट दॅट मॉडेल! वाऽऽव!"

"साले, शादी हो रही है तेरी!"

"म्हणूनच जास्त गरज आहे अशा मेल्सची!"

"ओऽऽ फक्. नहीं सुधरेगा तू!"

"कशाला? व्हाय शूड आय?"

"आय हॅव रिसिव्हड वन मोर– जस्ट चेक– सी धिस!"

"माय गॉड! व्हॉट अ फिगर यार..."

"झोप नाही लागणार आता..."

"फॉरवर्ड कर रे!"

"ओके– ओपन– फॉरवर्ड– मेल आयडी– सिलेक्ट– टच– सेंड!"

"अमोलिका, वुइ नीड टू डू दीज चेंजेस."

"पण सर, ऑपरेशन थिएटर ग्राऊंड फ्लोअरवर कसं काय? ग्राऊंड फ्लोअरवर रिसेप्शन, ॲडमिशन, मेडिकल, वेटिंग रूम, टॉयलेट ब्लॉक्स, टेलिफोन ऑपरेटर, स्नॅक्स वगैरे गोष्टी हव्यात. मी नाही ह्यात काही बदल करू शकत."

"मला पटतं. पण आपलं काम क्लायंटच्या मर्जीनुसार, पण उत्तम प्लॅन करून द्यायचा– असं आणि इतकंच. पुढे त्यांचं ते बघतील."

"आय कान्ट ॲक्सेप्ट दॅट. अशा विचित्र सजेशन्स? नो. आणि त्यात आपल्याच कंपनीचं नाव खराब होणार. इतका विचित्र प्लॅन मी तरी करणार नाही."

"मग?"

"पुन्हा मीटिंग घेऊ. त्यांना सर्व एक्सप्लेन करू. मला खात्री आहे, त्यांना माझं म्हणणं पटेल."

"ओके. लेट्स ट्राय."

"थँक्यू सर."

उसवेकरांच्या केबिनमधून अमोलिका बाहेर पडली– तडकलेलीच. 'ह्या उसवेकराला आर्किटेक्ट कुणी केलं? साध्या गोष्टी ह्याला समजत नाहीत? फक्त क्लायंट्स

आणतो म्हणून बॉस? त्यापेक्षा– अरे, मुंबईच्या डबेवाल्यांनाही प्लॅनिंग समजतं. मास्टर आहेत ते. प्लॅनिंग महत्त्वाचं– मग ते कोणत्याही गोष्टीतल्या संदर्भातलं असो.'

"मॅडमऽऽ ओ मॅडम..."

"बोला मौलिकसाहेब..."

"नक्की बिनसलंय काहीतरी–"

"कशावरून?"

"मौलिकसाहेब म्हणालात मला, त्यावरून."

"खरं आहे."

"हे तुमचं नेहमीचंच आहे. काय झालं?"

"काही नाही."

"उसवेकरसाहेब का?"

"हं."

"जाऊ द्या ना मॅडम. पुंपुटकरसाहेबांचा नातेवाईक; मग कोण काय करणार?"

"पुंपुट असो, उसवे असो– वाट्टेल तो प्लॅन मी करणार नाही."

"नका करू. संपलं."

"इतकं सोपं आहे का?"

"हो, आहे. हा प्लॅन तुम्ही केला नाहीत. ठीक. साहेब कुणा दुसऱ्याकडून करवून घेतील. ह्या कंपनीत नंदीबैल आहेत. तुम्ही त्रास करून घेऊ नका. तुमचा पगार त्यामुळे ना कमी होणार आहे, ना वाढणार आहे. बरोबर ना?"

"अरे, पण काही नियम असतात. पुढे काय, कसं असायला हवं– एक प्लॅन, एक आखणी..."

"ती तुमच्यासाठी. कंपनीला हवा पैसा. मग कुणी हॉलमध्ये टॉयलेट प्लॅन करा म्हणून जरी सांगितलं, तरी कंपनी क्लायंटसाठी तसं करणार."

"मौलिक, मग तर मी नोकरीच सोडेन. जिथे कामाचं सॅटिस्फॅक्शन नसेल..."

"कुठेही जा दुसरीकडे– काहीही फरक नाही. 'राज्य' विकत घेणाऱ्या माणसाचं आहे, विकणाऱ्या माणसाचं नाही. तेव्हा शांत व्हा. प्लॅन करू नका– संपलं."

"मौलिक, कुणाकडून शिकलास इतकं?"

"डिसूझासरांकडून."

"खरंच, मला त्यांना नाही भेटता आलं. बघितलं ते त्या फोटोतच."

"ते आहेत माझ्यासाठी अजूनही. म्हणून तर फोटोला हार घालत नाही मी त्यांच्या."

"ठीक आहे. उद्याच्या मीटिंगमध्ये जर काही योग्य निर्णय घेतला गेला नाही, तर मी ह्या प्रोजेक्टमधून बाहेर पडेन!"

"गुड! आता केबिनमधून बाहेर या. कँटीन वाट बघतंय."

अकील अस्वस्थ होता. त्याला समजत नव्हतं की, अमोलिकेला कसं समजवावं? तसा उशीरच झाला होता. अम्मीजानला सर्व सांगता तरी येत होतं, म्हणून निदान त्याचं मन मोकळं होतं.

अम्मीजान एक वेगळीच बाई. खानदानी, सुरेख. पण त्या सुंदरतेला विचारांची देणगीही होती. ती अकीलला समजून घेऊ शकत होती. त्याचं एका हिंदू मुलीवरचं प्रेम तिला खटकत नव्हतं. पण अकीलचे अब्बाजान आज जर हयात असते, तर त्यांना मात्र हे प्रेम नक्कीच समजलं नसतं. मोठा तमाशा झाला असता घरात. पण अमोलिका त्यांनाही आवडली असती. पण...

"अकील बेटाऽ"

"जी अम्मीजान?"

"तबियत तो ठीक है?"

"जी!"

"क्या बात है, कहो..."

"कुछ नहीं।"

"पिछले चार दिन से ऑफिस गये नहीं हो।"

"जी, मन नहीं..."

"क्या हुआ?"

"आप जानती हो– अमोलिकेचा साखरपुडा..."

"मतलब?"

"सगाई है."

"ठीक है। हम तो जानते है इस बात को, तो फिर..."

"अम्मीजान–"

"दुखी होना ये आपका हक है। लेकिन उसके साथही किसीके खुशीमें शामिल होना, अपना दुख भुलाकर– ये इन्सानियत है। और इन्सानियत हक से बहुत उंची है।"

"जी!"

"कल से काम शुरू?"

"जी अम्मीजान!"

रक्षिता वैतागली होती. नरोत्तमला फायर करायचं, असं ठरवूनच ती तिच्या खुर्चीवरून उठली आणि तडक नरोत्तमसमोर जाऊन उभी राहिली.

"अरे? तू इथे?"

"हा काय चावटपणा आहे?"

"का? मी काय केलं? कसला चावटपणा?"

"इथेच बोलू, का तू बाहेर येणार आहेस?"

"येतो. अरे अक्षय, जरा टेबल सांभाळ माझं. आलोच–"

"हं, बोला... काय झालं?"

"कसलं मेल पाठवलं आहेस मला?"

"ओः, मेल होय; मग ठीक आहे. तुझा अवतार बघून आधी घाबरलो होतो."

"यू शूड. मी हे मेल असंच्या असं दाससरांना फॉरवर्ड करते आता."

"कर की! मॅऽऽड! त्यांना वाटेल, तू त्यांना तुझ्याकडून मेल पाठवून हिंट देत आहेस."

"सॉरी– तुझ्याकडून मला मेल आल्याचं सांगेन..."

"सांग. मीही सांगेन की 'सर, असली मेल्स ऑफिसच्या कामात व्यत्यय आणतात, हे कळावं म्हणून मी मेल फॉरवर्ड केलं. तू माझी बॉस आहेस आणि बॉसलाच डिफिकल्टीज सांगायच्या, असा आपल्या ऑफिसचा नियम आहे. गो अहेड."

"तू ना... शेमलेस आहेस..."

"हां, ही खरी रक्षिता."

"काय रे, कोण पाठवतं तुला अशी मेल्स?"

"कोणी का असेना; पण एन्जॉय केलंस ना?"

"हट्!"

"क्या बात है । उगीचच चिडण्याचा ड्रामा कशासाठी?"

"मग? सर्वांसमोर सांगू की, रात्र बुक केली आहे मी..."

"व्हॉट?"

"मग? आता काही दिवसांनी तू एक रिस्पॉन्सिबल मॅरिड गृहस्थ होशील. तेव्हा साल्या, नुसती मेल्स पाठवून काही होतं काय?"

"सॉऽऽलीड! कुठे? किती वाजता?"

"ऑफिस संपल्यावर निघू. मी कार आणली आहे आज!"

"ग्रेट! डन. पण आज भेटायचं होतं अमोलिकाला."

"रोज भेटतोस– एक दिवस नाही भेटलास... सी, चॉइस इज युअर्स!"

"ओके. येतो."

“डन– चल, फूट आता.”
“साली... बाय.”

अमोलिकेला आश्चर्य वाटलं. आज चक्क नरोत्तम भेटणार नाही याचं. थोडंसं सुटल्यासारखंही वाटलं. मोकळं वाटत राहिलं. ही आपली सुटकेची भावना योग्य की अयोग्य– हे तिला कळेना. तिने अगदी सहज रक्षिताला फोन लावला. तो स्विच्ड ऑफ आला. अचानक मिळालेल्या ह्या मोकळ्या, रिकाम्या संध्याकाळचं काय करावं, हेही तिला क्षणभर समजेना. गेले तीन-चार दिवस अकील भेटला नव्हता. त्याला भेटावं, असंही मनात आलं; पण तिने टाळलं. त्याची उदास नजर तिला बघवत नसे. आणि आता तर तिचा साखरपुडा होणार होता. म्हणजे, अकीलच्या सर्व आशा आता संपल्या होत्या आणि त्याची ती नजर आणखीनच उदास झाली असणार, ह्याची तिला खात्री होती. रोज नरोत्तम भेटत होता. नको-नको म्हटलं, तरीही बाइक घेऊन ऑफिसच्या दारात हजर असायचा. प्रथम नाइलाज म्हणून आणि नंतर सवय झाली म्हणून... आणि, आता तर हक्कच निर्माण झाला आहे. कधीतरी असंही वाटायचं की, आज नरोत्तम नाही आला तर बरं होईल. मग आपण जरा आपली कामं करू. आई-बाबांना वेळ देऊ. मैत्रिणींकडे जाऊ. थोडं शॉपिंग– जे जरुरी आहे... आणि आज तो नाही आहे, तर काय करावं– असा प्रश्न पडतोय? इतकी त्याची सवय झाली आहे आपल्याला? ही सवय की प्रेम? प्रेम? ते कसं काय? तो येत नाही म्हणाला, तर आपण अगदी सहज ‘ठीक आहे’ असं म्हणालो. त्याला ‘का?’ असा साधा प्रश्नही विचारला नाही; मग भांडण तर फारच दूर. आपण त्याला न येण्याचं त्याचं कारण का नाही विचारलं? तो आवडतो का आपल्याला? आपण पझेसिव्ह नाही आहोत. का नाही आहोत? सवय म्हणजे व्यसन. म्हणजे आपल्याला नरोत्तमचं व्यसन लागलंय. आणि व्येस्न ही अशी गोष्ट आहे की, त्या व्यसनावर माणसाचं प्रेम नसतं. ते सुटावं, म्हणून माणसं धडपडत असतात; पण तरीही व्यसन पाठ सोडत नाही माणसाची. म्हणजे, नरोत्तम...?

नरिमन पॉइंटवरून बऱ्याच महिन्यांनंतर खारा वारा अंगावर घेत अमोलिका चालत राहिली. विचारांबरोबर तिचा चेहराही खारा होत राहिला. सहज ओठांवरून जीभ फिरली, तर तीही खारट झाली. मग गोडवा कुठे आहे? काही कळतच नाहीये. अनेक दिवसांनंतर संध्याकाळची ती खच्चून भरलेल्या स्टेशनात शिरली. तिच्या मनात विचार आला– ‘आरामात बाइकवरून घरापर्यंत जायचं, हेही व्यसनच!’

■

४

"काय म्हणतोय नरोत्तम?"

"भेटलो नाही आहोत आम्ही गेले तीन दिवस."

"असं? का? म्हणजे, सगळं ठीक आहे ना?"

"हो बाबा, ठीक आहे."

"चेहरा काही वेगळं सांगतोय तुझा."

"मला काही कळत नाहीये बाबा, आपण घाई करतोय का?"

"तुला– म्हणजे काय आहे मनात, ते सरळ सांग."

"म्हणजे बघा ना– अचानक नरोत्तमचे आई-वडील येतात, बोलणी करतात आणि आपण 'हो' म्हणतो. ही घाई नाही का?"

"तुला आज हे असं का वाटतंय? तेही इतक्या दिवसांनंतर?"

"बाबा, गेले तीन दिवस नरोत्तम भेटला नाही, तेव्हा जरा विचार करायला उसंत मिळाली. त्याने जणू पाठलागच केला माझा. रोज-रोज यायचा आणि मी मैत्रीपलीकडे जात नाही, असं दिसल्यावर एके दिवशी त्याने त्याच्या आई-बाबांना पाठवून दिलं. इतक्या सहजी चालत आलेलं स्थळ– तेही अगदी योग्य, असं वाटून तुम्ही होकार दिलात."

"होकार दिला; पण तुला विचारूनच."

"हो ना! मी ते अमान्य करत नाही आणि नकार देण्यासारखं काही दिसतही नव्हतं. कारण सुस्थिती, जात, रूप, नोकरी, घर ह्या प्राथमिक गोष्टी– ज्या सर्वसाधारणपणे बघितल्या जातात; त्यांत तो पास झाला, तोही ए ग्रेड मिळवूनच. पण आता जेव्हा हा रिकामा वेळ मिळाला, तेव्हा मात्र काही वेगळं वाटू लागलंय मला."

"म्हणजे काय?"

"शब्दांत पकडता येत नाहीये."

"आणि तसं पकडत राहण्याची काही आवश्यकताच नाहीये अमू. जास्त शिक्षण झालं ना, की नको तेवढी अक्कल येते."

"आई, तू कधी आलीस?"

"वेळेवर आले. अमू, एक गोष्ट लक्षात घे– मुलीलाच सर्व सांभाळून घ्यावं लागतं. त्यात तुझं वय बघ. सत्ताविशी उलटत आली. आपलं रूपही काही देखणं नाही."

"बाई, कमाल करताय! रूपाचा काय संबंध?"

"असतो."

"तुम्ही एक शिक्षिका. तुमचा दृष्टिकोन तरी व्यापक असायला हवा."

"आहे, व्यापकच आहे; पण तो इतरांसाठी. घरात वयात आलेली मुलगी आहे. नोकरी करते, म्हणजे दहा जणांशी संबंध येतात. कुठे काही..."

"आई, धिस इज टू मच! तुला मी असं काही करेन, वागेन– असं वाटतं? आणि जर तशा स्वभावाची असते तर ना... माझं राहू दे. गेल्याच महिन्यात तुझ्याच शाळेत घडलेला प्रकार आठवतोय ना? सहावीतल्या मुलाने पाचवीतल्या मुलीवर रेप केला. आता तो रेप नव्हता, असंही सिद्ध झालं. प्रेम की विकृती, की अजून काही– स्वातंत्र्य म्हण हवं तर किंवा सर्व बाजूंनी मिळणारं ज्ञान– जे अज्ञान असताना कानांवर आदळतं, डोळ्यांना दिसतं... सांग ना... तू काय सांगणार म्हणा? गोष्टी घडतात त्याला तिसरा माणूस जबाबदार नसतो... हेच ना शेवटी? आणि मी तुमच्या संस्कारात वाढले आहे. रूप नसेल मला; पण त्यापेक्षा जास्त महत्त्वाची गोष्ट माझ्याकडे आहे– बुद्धी, विचार आणि संयम. आणि म्हणूनच ह्या तीन दिवसांत मला जरा मोकळीक मिळाल्यावर समजतंय की, काहीतरी मिसिंग आहे या नात्यात. लग्न ठरल्याचा आनंद आहे; पण त्यात वाहून जाता येत नाहीये, हे मिसिंग आहे. विरहाची तगमग जाणवत नाहीये, हे मिसिंग आहे. वयाबरोबर जी साथही वाढत जाते, म्हणून तिला स-वय म्हणतात का? गेल्या पाच-सहा महिन्यांतली वाढ– त्याची सवय झाली, पण त्यात तरलता नाही... ही तरलता मिसिंग आहे."

"अमोलिकाऽ"

"राहू दे बाबा, नाही समजणार तुम्हा दोघांना. मला काम आहे बरंच. मी जाते."

"अगं, चहा तरी घे."

"माझ्या खोलीत घेईन."

अमोलिकेला काय म्हणावं, असा विचार करत बाई बसून राहिल्या.

"बाई, जरा सबुरीने घ्यायला हवं. आपली एकुलती एक पोरगी..."

"म्हणूनच काळजी घेतेय. मला नाही येत दातांच्या कण्या करायला. जे

असेल, ते रोखठोक. स्पष्ट. अगदी हा सूर्य आणि हा जयद्रथ.''

''किती मुलं आत्तापर्यंत तुमच्या हातून गेली शिकून? किती तऱ्हेची मुलं... त्यांचे स्वभाव, वागणं बघितलंत?''

''शेकडो...''

''आणि तरीही मुलीशी कसं वागावं, बोलावं– हे समजत नाही?''

''विनाकारण चुचकारत बसता येत नाही मला. अर्धा-पाव मार्क नाहीच, १ पूर्ण तरी किंवा शून्यच... समजलं?''

''नाही बाई, तुमच्याशी चर्चा खरंच होऊ शकणार नाही आत्ता.''

'अजून वेळ गेलेली नाही. साखरपुडा पुढल्या आठवड्यात आहे. आपण आपल्या पद्धतीने नरोत्तमची माहिती काढू. म्हणजे, नक्की काय करायचं? हां, त्याने फेसबुकवर आपल्याला बघितलं. रक्षिताच्या फ्रेंड्स लिस्टमध्ये. पण आपणही त्याची माहिती फेसबुकवर बघितलीच की. त्यात आक्षेप घेण्यासारखं काहीही वाटलं नाही, दिसलं नाही; म्हणून तर मैत्री केली. मग? अजून काय? छे! कदाचित आई म्हणते ते बरोबर असेल की, आपणच फार विचार करतो. सोडून देऊ.

'सगळ्याच गोष्टी एकत्र-एकदम आल्या आहेत, असं वाटतं. उसवेकर स्वत: समजून घेत नाहीत काही आणि आपण आपला हेका सोडत नाही. का सोडायचा? वाट्टेल तसे प्लॅन्स करायचे असते, तर पाच वर्षं वाया घालवली शिक्षणात, असंच म्हणावं लागेल. हा अकीलही गायब आहे. तो असतो, तेव्हा जरा मनमोकळं बोलता तरी येतं. फोन करावा का? नको. सरळ घरी जावं त्याच्या. टपकावं! काय झकास शब्द आहे 'टपकावं!' रस्त्यावरून जातो आहोत आणि अचानक पावसाची सर यावी. आडोशाला म्हणून एखाद्या दुकानाच्या शेडखाली उभं राहावं. काही तुषार, झड अंग भिजवत राहते; पण डोकं शाबूत राहतं. असा विचार करावा की, निदान केस तरी भिजत नाही आहेत आणि नेमका तेव्हाच एक टपोरा थेंब पत्र्याच्या छिद्रातून गळून केसांत अथवा कपाळावर टपूकन पडावा. दोन-एक सेकंद दचकायला व्हावं त्या थेंबाच्या टपकण्याने! कुणीतरी असंच, काहीही न सांगता-सवरता उगवलं की माणसं म्हणू लागली, 'नेमका टपकला!'– त्या थेंबासारखा. येस्, आज आपणही थेंब होऊन अकीलकडे टपकावं!'

''मी जाऊन येते.''

''कुठे निघालीस?''

''अकीलकडे.''

''हे बघ अमू, मला हे आवडत नाहीये.''

“मला आवडतंय.”

“कशाला हवा तो मुसलमान मित्र तुला?”

“मित्र कशासाठी असतात? आणि जातीचा प्रश्न कुठे येतो मैत्रीत?”

“अमू, पुरे. नाही जायचं. लग्न ठरलंय तुझं आता. तुझी ही मैत्री मान्य होणारच नाही तुझ्या सासरी.”

“ते तेव्हाचं तेव्हा बघू. आणि कुठे फरक आहे माहेर आणि सासरमध्ये? तुलाही तर मान्य नाही.”

“अमू–”

“मी जाऊन येते.”

“उमाकांतऽऽ”

“मी ऐकलंय सर्व बाई. जाऊ दे तिला. लवकर म्हणजे, फार उशीर करू नकोस.”

“नाही बाबा, येते लवकर.”

“तुम्ही नेहमी असं करा. मी नाही म्हटलं की, तुम्ही हो म्हणा.”

“तसं काही नाहीये बाई. अहो, आता चार दिवसांचं वास्तव्य तिचं इथे. जाईल निघून. इथून जाताना तिने चांगल्या आठवणी बरोबर न्याव्यात, एवढीच इच्छा आहे. बरं, झाली का सगळी खरेदी? काही राहिलं नाही ना? आमंत्रणं गेली सगळी. आणि तुम्ही पण तयार व्हा बाई. हॉलवर जायचं आहे. फूड टेस्ट करायचं आहे.”

“बघा– मी विसरले होते. पण तुम्ही आधी का नाही आठवण करून दिलीत? अमूला सोडलं नसतं. तिचा साखरपुडा, त्याचं जेवण... तिने पण टेस्ट करायला नको का? फोन लावा तिला. हॉलवर यायला सांगा.”

“ठीक आहे. जरा उशिराने जाऊ.”

“कशाला उशीर? हां, म्हणजे तोपर्यंत तिची भेट होईल अकीलबरोबर– म्हणूनच ना? ‘ता’वरून ताकभात ओळखणारी आहे मी!”

“मान्य. चल, पॅकिंग करू या गिफ्ट्सचं!”

“मी चहा करून आणते. तुम्ही सुरुवात करा.”

“ओके.”

श्री. फडणीस आणि सौ. फडणीसही साखरपुड्याची तयारी करत होते. दोन-तीन दिवसांनंतर घरात नातेवाइकांची गर्दी होणार होती. त्याआधी सर्व तयारी करून ठेवायची होती. खरेदी तशी झालेलीच होती. अंगठी फक्त घ्यायची बाकी होती आणि त्यासाठी दोन्ही घरांतल्या माणसांना अमोलिका आणि नरोत्तम हजर असण्याची आवश्यकता होती.

"नरोत्तमला आत्ताच ट्रिपला जाण्याची गरज होती का?"

"खरं तर नव्हती. पण, ठीक आहे. आता तो बंधनात अडकणार, मग नंतर त्याला अमोलिकेच्या कलानेच घ्यावं लागणार आहे."

"तो, आणि तिच्या कलेने वागणार? वाटतं का तुम्हाला, तसं तो वागेल म्हणून?"

"कदाचित नाही. पण जास्त करून वाटतं. बदलतात माणसं. आणि तो आपणहून लग्नाला तयार झालाय. इतकंच नाही, तर मुलगीही त्यानेच पसंत केली आधी."

"अजून आला कसा नाही?"

"येईल."

"तुम्ही शांत राहता, पण मला नाही असं जमत."

"जमव. आणि केवळ नरोत्तमच्या बाबतीतच नाही, तर आता अमोलिकाच्या बाबतीतही."

"म्हणजे?"

"सून-सासू..."

"तसं नाही हं काही. आपल्याला मुलगी नाही. आता अमोलिका आपली मुलगीच."

"मग काळजी मिटली."

"चला, काळजी करत बसू नका. हा गधडा आला नाही अजून, तर त्याची कामंही आपल्यालाच करावी लागणार आहेत. टेलरकडून त्याचे कपडे आणायचे आहेत, गाडी सजवण्यासाठी फुलवाल्याकडे जायचं आहे... आणि हो– अंगठी..."

"ती त्या दोघांनी जाऊन घेतली तरी चालेल."

"बरं, हरकत नाही. मी तयारी करते, तोपर्यंत बघा चिरंजीवांना फोन लागतोय का."

"बघतो."

"नरोत्तम, शुक्रवारपासून आपण बाहेर आहोत. आज रविवार. तुला वाटतंय का की, हे तीन दिवस..."

"तीन दिवस कसे गेले, काही समजलं नाही. सालं, त्यात वाटायचं काय?"

"अमोलिका?"

"ती तर आहेच आता. पण मी विचार करतोय तुझा."

"माझा? व्हाय?"

"तुझं कसं होणार माझ्याशिवाय?"

"डोंट वरी. आय विल मॅनेज."

"कसं?"

"हात काढ मानेखालचा- हं."

"का?"

"अवघडले आहे रे."

"ओके. सो?"

"तू तुझा विचार कर की- तुझं कसं होणार माझ्याशिवाय?"

"त्यात काय न होण्यासारखं? अमोलिका आहे ना. तीही हक्काची. जब चाहूँ, जितनी बार चाहूँ..."

"तू हलकट आहेस."

"सो ग्रेट. साली, कॉम्प्लिमेंट देतेस, तीही किती हाय स्टँडर्डची! सो, फॉर धिस, वन्स मोअर!"

"हट बे- गेट रेडी नाऊ. मला होस्टेलवर जायचंय. कामं आहेत."

"ओके. निघू या. पण एकदाच. लास्ट. सी, आय कान्ट..."

"अम्मीजानऽऽ"

"आओ बेटी."

"सलाम!"

"वालेकुम सलाम. तशरीफ रख!"

"कैसी है आप?"

"अच्छी हूँ! कहो, अचानक कैसे आना हुआ?"

"अकील आला नाही ऑफिसला. तबियत तो ठीक है उसकी?"

"हां, हां- ठीक है।"

"तो?"

"सच कहूँ?"

"जी."

"तुझे, याने- तुझी सगाई आहे ना?"

"जी."

"वो उसी कारन... लेकिन तू फिकर मत कर। मी सांगितलं त्याला. कल से आयेगा वो।"

"आत्ता कुठे आहे?"

"छत पे है। अपनी किताबे लेके बैठा होगा, या तो उपरवाले कमरेमें कॉम्प्युटरके साथ मन बहलाता होगा। जा ना तू- देख आ उसे। मैं नाश्ता करवाती

हूँ तब तक!''

"जी।''

अमोलिकेने आधी खोलीत बघितलं. अकील खोलीत नाही, हे बघून ती गच्चीत गेली. झोपाळ्यावर शांतपणे बसलेल्या अकीलला बघून तिचे डोळे भरून आले. तिला अपराधी वाटू लागलं. खानदानी मुसलमानाचं तेज असलेला अकील कोमेजलेला, सुकलेला, काळवंडलेला दिसत होता.

...का हा माझ्यावर इतकं प्रेम करतो? खरंच, असं काय आहे माझ्यात? आई तर सतत म्हणते की, मी सामान्य. रूप नसलेली. आणि ते खरंही आहे. मी नाकारत नाहीच. मग? हा अकील, तो नरोत्तम– दोघंही तसं बघायला गेलं तर राजबिंडे! 'राजबिंडा' हा आईचा आवडता शब्द! तिला ह्या शब्दाची, तशा व्यक्तिमत्त्वाची भुरळ पडते. अगदी आजही. बाबा तसे कधीच नव्हते. तिने तिच्या मनाविरुद्ध लग्न केलं? असेलही. कधी तसं बोलली तरी नाही. पण असावं. कुणाचंही वर्णन करताना तिला ऐकावं– मुख्यत्वे एखाद्या पुरुषाचं. मग तो नट असो की आणखी कुणी; राजबिंडा हा शब्द येणारच. त्यावरूनच वाटतं की, तिला तिचा जोडीदार तसा मिळायला हवा होता, अशी तिची सुप्त इच्छा असणार. आणि ती नाही पूर्ण झाली... म्हणजे म्हणूनच... ओ! म्हणूनच तिला नरोत्तम आवडला. जी इच्छा तिची अपूर्ण राहिली तिच्या बाबतीतली, तीच इच्छा आता ती माझ्यातर्फे पूर्ण करून घेत आहे, माझ्यासाठी. माझ्यासाठी, की तिच्याचसाठी? असं सांगता यावं की– 'माझा जावई अगदी राजबिंडा आहे!' मुलीचा नवरा राजबिंडा हे आवडतं; मग त्याच मुलीचा मित्रही राजबिंडा, हे का नाही चालत?

"बेटीऽ यही खडी हो अब तक?''

"कौन?''

"अकीलऽ देख, अमोलिका आयी है मिलने.''

"अमोलिका?''

"आप बैठो दोनो यही, बाते करो। मुझे काम है कुछ! ठीक है बेटा?''

"जी अम्मीजान।''

"तू इथे कशी?''

"तुला भेटायला आले.''

"सहज?''

"नाही. तू ऑफिसात येत नव्हतास; वाटलं की तुला बरं नसेल, म्हणून आले

तुला बघायला.''

"मी ठीक आहे. उद्यापासून येणार आहे.''

"काय झालं होतं?''

"काही नाही. बस, ऐसेही।''

"ऐसेही? आणि मी तुझी वाट बघत होते.''

"का?''

"ऐसेही!''

"नाश्ता घे. अम्मीजानने खास तुझ्यासाठी आणलाय.''

"दोघं घेऊ या.''

"बोल, काय झालंय? परेशान लग रही हो.''

"हं, सांगते. तूच समजू शकशील. मला काहीतरी वेगळं वाटतंय. अन्इझी, अस्वस्थ.''

"नरोत्तम भेटला नाहीये का?''

"तुला कसं समजलं? अँड बाय द वे, म्हणून नाहीये मी अन्इझी. उलट, मला जरा मोकळं वाटलं. विचार करायला वेळ मिळाला. क्यूँ, नहीं जानती; पण वेगळं वाटतंय. आय ॲम नॉट अन्इझी, की तो मला भेटत नाहीये.''

"धिस इज व्हेरी ऑड!''

"आय नो. पण कारण कळत नाहीये. अकील, तू काही मदत करू शकतोस?''

"कशाची?''

"कशाची? काहीही... रिक्वेस्ट करतेय तुला. जाऊ दे. आपण काही वेगळं बोलू.''

"ऑफिसमध्ये काय चालू आहे? तुझा प्लॅन...?''

"वाट लावताहेत त्या प्लॅनची.''

"कोण?''

"पुंपुटकर...''

"ते कसं काय? ही इज आऊट ऑफ इंडिया.''

"सॉरी, उसवेकर. क्लायंट काय म्हणेल, जसं म्हणेल तसा प्लॅन बदलतोय. मला सांग– आपण जर फक्त दुसऱ्याच्या मताप्रमाणे उभ्या-आडव्या रेषा ओढायच्या असतील कागदांवर, तर आर्किटेक्ट म्हणून नाव लावायचंच कशाला? तशा रेषा तर इंटरमिजिएट पास झालेला कुणीही आखून देऊ शकेल.''

"काय झालं?''

"हॉस्पिटलचा प्लॅन– आठवतोय ना तुला? तूच तर राहिलेलं काम पीसीवर करून दिलंस मला त्या दिवशी.''

"येस्; मग?''

“आता त्यांना तो प्लॅन पसंत आहे पण त्यात चेंजेस हवे आहेत, जे आर्किटेक्टच्या दृष्टिकोनातून सपशेल चुकीचे आहेत. मी नकार दिला आहे चेंजेससाठी.”

“अमोलिका, असं स्ट्रेट अ वे नाही म्हणायचं नसतं.”

“मग कसं?”

“या अल्ला, आता कसं सांगू तुला? मी उगीचच घरात बसून राहिलो. मी हवा होतो.”

“हो, तूच हवा होतास. समजलं असतं मग तुलाही. नॉनसेन्स!”

“ए बाई, चिल– उद्या येतोय ना? करू सर्व ठीक.”

“प्रॉमिस?”

“येस्– प्रॉमिस.”

“हंऽ”

“काय केलंस इतके दिवस घरात बसून?”

“आपकी बहोत याद आती रही, तो आपको खत लिखे।”

“कुठे आहेत पत्रं? मला वाचायची आहेत.’

“डिलिट केली.”

“मेलवर? मला वाटलं, हाताने– हस्तलिखित!”

“माझं हँडरायटिंग खूप बेकार आहे.”

“बेकार नाही, वाईट असं म्हणायचं.”

“वाईट आहे.”

“पण खरं सांगू का, मला मेल वाचायचा कंटाळा येतो. मला असा माणसाचा स्पर्श झालेला तो कागद, त्याचं अक्षर...”

“व्हेरी ओल्ड थॉट्स. टिपिकल.”

“असू देत.”

“म्हणूनच तू आवडतेस.”

“अकील...”

“सॉरी.”

“मेल्सवरून आठवलं. काय रे, किती मेल्स अशी येतात. ॲड्स करणारी, स्वत:ला इंट्रो करणारी– ह्यांना मेल आयडी कसा मिळतो? आणि अशी मेल्स तयार तरी कोण करतं?”

“प्रॉपर माणसं नेमलेली असतात. मेल आयडी मिळवता येणं कठीण नाही. ‘सर्च’ करता येतो. मेल्सही सहज... म्हणजे समज– मला एखाद्याला विनाकारण त्रास द्यायचा असेल, टाइमपास म्हणून; तर मी सहज तसं करू शकतो. एक्झॅम्पल हवंय? चल, दाखवतो.”

“नको.”

“व्हाय?”

“रिअली, आय ॲम नॉट इंटरेस्टेड. मी अशी कितीतरी मेल्स न वाचताच डिलिट करून टाकते.”

“अमोलिका, आपले मेल आयडी कुणालाही मिळणं सोपं आहे. आपल्या व्हिजिटिंग कार्डवर ते छापलेलं आहे. आपण अगदी सहज आपलं कार्ड दुसऱ्याला देतो.”

“हो. पण ते देताना मनात काहीही नसतं. शुद्ध हेतू असतो, बिझनेस रिलेटेड असतो.”

“पण सगळीच माणसं शुद्ध नसतात ना!”

“राईट.”

“काय झालं?”

“काही नाही रे. तुझं बरोबर आहे. सगळीच माणसं, त्यांच्या नजरा शुद्ध नसतात... भिरभिरत राहतात नजरा. कळतच नाही की, असं का? सरळ डोळ्यांत बघा ना... पण...”

“अमोलिका?”

“अं?”

“----”

“----”

“चल, अम्मीजानकडे जाऊ. तू तिच्याशी गप्पा मार. मैं तैयार होके आता हूँ, फिर चलते हैं कहीं।”

“ठीक.”

अमोलिकेला आता हलकं वाटत होतं. अकीलबरोबरचे हे काही तास तिला मनमोकळं करणारे ठरले. ‘असा मनमोकळेपणा आपल्याला नरोत्तमबरोबर असताना का वाटत नाही? कसलं दडपण येतं? तसं बघायला गेलं, तर सर्व छान आहे. दुरून बघणाऱ्यांना– दुरूनच का, घरात आईलाही तर सर्व छानच दिसतं. मग आपण का अशा? नरोत्तमचं इतकं आपल्या मागे लागणं, आपला अहंकार सुखावणारं तर नक्कीच आहे, पण मन प्रसन्न करणारं नाही. आणि अकीलचं इतकं स्पष्ट आपल्यावरचं प्रेम व्यक्त करणं, हे मन प्रसन्न करणारं वाटतं. असं का? तिथे जराही अहंकार डोकावत नाही. म्हणूनच आपण अकीलला नकार देतो का? अहंकाराला सुखावणं हे मनाच्या प्रसन्नतेहून जास्त श्रेष्ठ ठरतंय? काही समजत नाही. एक गोष्ट निश्चित की– जर आपण आईला असं सांगितलं असतं की,

आपल्याला अकीलशी लग्न करायचं आहे; तर गहजब केला असता तिने. आपणच कमी पडतो आहोत का माणसांना जाणून घ्यायला? असेल, असंच असेल. आई-बाबांची इच्छा आपण आनंदात राहावं, हीच तर आहे. आणि आपला आनंद नरोत्तमच्या सहजीवनाशी निगडित आहे, असा त्यांना विश्वास आहे. तर मग आपणही तसा प्रयत्न करायला हवा– समजून घेण्याचा. कुठे गेली आहे स्वारी गेले तीन दिवस? फोन करायला हवा.'

"हॅलोऽ"

"हाय स्वीटहार्ट. आत्ताच आलो रेंजमध्ये आणि तुझा फोन आला. मी तुलाच फोन करायला सेल हातात घेतला आणि रिंग वाजली. ह्याला म्हणतात टेलिपथी!"

"वा! छान. आहेस कुठे?"

"तुझ्या मनात, देहात, विचारांत..."

"पुरे. सांग ना?"

"बस, येतोच आहे. भेटतो आहोत आपण उद्या. कधी भेटतोय तुला, असं झालंय मला..."

"बरं. उद्या ना? कधी?"

"सकाळी-सकाळी. घरीच येऊ का?"

"होऽऽ ये ना. आई तर खूप खूश होईल."

"ओ मॅडम, तुम्हाला भेटायचंय; तुमच्या मातोश्रींना नाही. तयार राहा. ब्रेकफास्टला बाहेरच जाऊ. अजून कुणी बरोबर नको आहे आपल्या. जस्ट यू अँड मी!"

"ओके."

"बाय, लव्ह यू. सी यू सून!"

फोन बंद झाला आणि अमोलिकेला हसू आलं. 'विनाकारण आपण अन्इझी होतो. काहीही विचार करत राहिलो. सगळं छानच तर आहे– जवळूनसुद्धा! बाबांना सांगायला हवं. ते काहीबाही विचार करत असतील. आपल्यालाच धीर नाही.'

आता अमोलिकेला जास्त मोकळं वाटू लागलं. हलकं वाटू लागलं. मनातल्या मनात हसत ती घरची वाट चालू लागली.

■

५

"अकील, आज तुझ्यामुळे मीटिंग व्यवस्थित झाली. तू आला नसतास आज तर मी मीटिंगला गेलेच नसते."

"एकदा तुला मी प्रॉमिस केल्यावर नाही येणार, असं होईल का?"

"आपला प्लॅन अॅप्रूव्ह झाला."

"तुझा प्लॅन!"

"पण तुझीच मदत होती त्यात. एक हॉस्पिटल उभं राहणार... माझं नाव नसेल त्यात, पण आपल्या कंपनीचं नाव असेल आणि..."

"पुंपुटकरांचं नाव असेल."

"चलता है । चलो, कॉफी लेते है ।"

"चल."

"तुला स्ट्राँग, विदाऊट शुगर?"

"नो. आज विथ शुगर!"

"ओके."

"अमोलिका, हे पुस्तक वाच– 'तपोवन'. बेस्ट आहे."

"कुणाचं?"

"श्री. प्रभाकर पेंढारकर. अँड सी द स्केचेस इनसाईड. इट्स ग्रेट."

"बरीच पुस्तकं वाचायला लागलास?"

"हो. लायब्ररी लावली आहे. लास्ट वीक 'छावा' वाचलं."

"बाप रे!"

"मार्व्हलस."

"आय नो. आणि 'मृत्युंजय' वाचलंस?"

"नाही."

"नक्की वाच. सर्व कर्णाबद्दल आहे. अर्थात, सगळ्यांबद्दल आहे; पण मुख्य

कर्ण आहे.''

''महाभारत?''

''हो. 'मृत्युंजय' वाचलं आणि माझा कर्णाबद्दलचा दृष्टिकोनच बदलून गेला.''

''मी वाचेन. नंतरच चर्चा करू.''

''ओके. चला, निघू या?''

''अमोलिका, पण तू आज लेट आलीस?''

''हं. नरोत्तम भेटला सकाळी.''

''कसा आहे?''

''मजेत. लग्नाआधीची बॅचलर्स पार्टी. नो, नॉट पार्टी– टूर, पिकनिक, आउटिंग– काहीही म्हण. त्यासाठी चार-पाच मित्रांबरोबर गेला होता. ही हॅड नाइस टाइम!''

''तुला ह्या तीन-चार दिवसांत त्याने एकदाही फोन केला नाही?''

''अं?''

''खरं सांग.''

''हो, नाही केला. रेंजमध्ये नव्हता तो.''

''कुठली अशी जागा आहे भारतात आता की, जिथे रेंज येत नाही? आणि तीन दिवसांत माणूस महाराष्ट्राबाहेर जाऊन मजा करून परत येऊ शकत नाही. प्लस, रेंज नसेलही; पण पब्लिक फोन्स तर असतातच ना?''

''अकील, तो मजा करायला गेला होता. त्यात पुन्हा मला फोन करत राहायचं– त्याचे मित्रही होते ना. तर...''

''तू त्याच्या फोनची वाट नाही बघितलीस?''

''खरं सांगू? नाही बघितली. जरा मोकळं वाटत होतं. त्याला त्याची स्पेस द्यायला हवी, तशीच मलाही माझी स्पेस हवी.''

''मान्य. पण ह्याचा अर्थ असाही नाही की, तुला काही माहीत असायची गरज नाही. कन्सर्न हा शब्द खूप महत्त्वाचा आहे. हक्क असणं आणि हक्क गाजवणं, ह्यात फरक आहे.''

''तो कसा?''

''हक्क आहे, ही भावनाच इतकी तृप्तीची आहे की, ती तृप्तता... एखादं नातं हक्क न गाजवताही सांभाळता येतं. त्यात पुन्हा दोन भाव आहेत. हक्क न गाजवणं ह्याचा अर्थ असाही घेतला जाऊ शकतो की– 'तू काहीही कर, मला काही त्याने फरक पडत नाही' हा एक अर्थ. आणि दुसरा अर्थ असा की, 'खात्री आहे, मग हक्क गाजवण्याची गरजच नाही.' समजतंय?''

''थोडं-थोडं.''

''तू ह्या दोहोंपैकी कुठे आहेस?''

अमोलिका गप्प झाली. ती ह्या दोहोंतही नव्हती, असं तिला वाटू लागलं. तिला सकाळची नरोत्तमची भेट आठवली.

"बोला बेगम, कशा आहात?"

"बेगम? हे काय?"

"मला एक सॉलिड न्यूज मिळाली आहे. तुमच्या ऑफिसातले अकीलमियाँ तुमच्या प्रेमात अखंड बुडाले आहेत. काय, खरं ना?"

"हो. तो..."

"बस– बस– बस. तो हमने फैसला किया है कि आपको बेगम करके पुकारेंगे।"

"हा काय प्रकार आहे नरोत्तम? आपण तीन-चार दिवसांनी भेटतो आहोत, ते हे असं बोलण्यासाठी?"

"टाइमपास! बरं, बोला बेगम– काय ऑर्डर द्यायची?"

"मी आता बोलणार नाही."

"कमॉन! मला हा शब्द सॉलिड आवडलाय. आणि तू माझी बायको होणार आहेस. मग तुला मी वाइफ म्हणू, बायको म्हणू, घरवाली म्हणू की बेगम म्हणू– काय फरक पडतो? भाषा आहे ही. वेगवेगळ्या भाषांतले एकाच अर्थाचे शब्द. सो, आय लाइक्ड बेगम!"

"अकील जर ख्रिश्चन असता, तर तू मला..."

"मिसेस वाइफ म्हटलं असतं. बाय द वे बेगम, मस्त दिसत्येस. हा हिरवा रंग तुला झकास दिसतोय आणि ड्रेसचा गळा तर सॉलिड!"

"नरोत्तमऽऽ!"

"चिडलीस की लाल होतेस. रेड अँड ग्रीन. नॅचरल कलर्स! गोज विथ इच अदर!"

"मी निघते."

"थांब. ओके. सॉरी. तीन दिवसांनी दिसत्येस मला. जरा छेडलं तर... ओके. सॉरी. स्माइल प्लीज!"

"तू पण ना– कशी झाली ट्रिप तुझी?"

"मस्त!"

"फोटो काढलेस ना? दाखव तरी."

"ते एक लफडंच झालं."

"काय शब्द रे तुझे!"

"हे बघ, जे मनात येतं ते बोलतो. लफडं हा शब्द जुना झाला आता. मला

बिनधास्त राहायला, बोलायला, वागायला आवडतं. त्यात मग छुपेगिरी नसते. उगीचच मोठ्ठाले शब्द वापरायचे आणि मनातून...''

''आवडलं मला. बोल.''

''खूप फोटो काढले होते, पण विश्वास कॅमेऱ्याशी काहीतरी करत होता आणि सर्व फोटो डिलिट झाले. असले फटके बसले त्याला.''

''मारायचं कशाला?''

''म्हणजे? 'सिंगल' असतानाची आमची ही शेवटची ट्रिप. आता पुढल्या ट्रिपला तू असशील– विश्वासही लग्न करतोय...''

''इट्स ओके. तुला एंजॉय करायला मिळालं ना?''

''हो बेगम. पण खरं सांगू? तुला खूप मिस केलं. मला नाही आठवण येत तुझी, असं विश्वासला म्हणत होतो... पण खूप आठवण येत होती. म्हणून तर काल रात्री दीडला पोहोचलो. आणि आज सकाळी-सकाळी माझ्या बेगमला भेटायला आलो. आई म्हणत होती की, उशिरा आलास, उशिरा झोपलास– आरामात उठायचं, तर निघालास? मी हो म्हणालो आणि निघालोच. तू मला मिस केलंस?''

''अंऽऽ''

''व्हॉट?''

''नाही...''

''खरंच नाही...''

''----''

''हे काय– चेहरा का उतरला असा जनाब?''

''मी... निघू या?''

''वा! आता कसं निघायचं? हा उतरलेला चेहरा हसायला हवा आधी. मगच...''

''----''

''गंमत केली रे! हो, आय मिस्ड यू.''

''ही गंमत आहे?''

''नाही. चल आता. उशीर झाला मला.''

'खरंच, मी कुठल्या भावनेत आहे? कुठल्याच नाही. तो मला बेगम म्हणतोय. आई-बाबांनी हे ऐकलं, तर त्यांना काय वाटेल? आणि त्याच्या आई-बाबांनाही काय वाटेल? त्यांना त्यांचा मुलगा कसा आहे, हे माहीत असणारच. पण आपल्या घरातल्यांना जावई कसा आहे, हे कुठे माहीत? आणि आपल्यालाही कुठे माहीत आहे? 'हक्क' वाटावा अशी भावनाच अजून निर्माण झालेली नाही, मग मिस

करण्याचा प्रश्नच येत नाही.'

"कुठे हरवलीस?"

"तुझ्या प्रश्नात."

"उत्तर द्यायची गरज नाही. तो प्रश्न तुझ्यासाठी, तुझ्यापुरता होता."

"अकील, मी काही चूक तर करत नाहीये ना?"

"चूक? कसली?"

"लग्न?"

"ते मी कसं सांगणार? पण ज्या अर्थी तुला हा प्रश्न पडतोय, त्या अर्थी..."

"चूकच! होय ना?"

"हो. पण हे उत्तर मी तुला द्यावं, तर मी चूक ठरतो. कारण त्यात माझा स्वार्थ आहे, असं वाटेल."

"नाही रे, तू तसा नाही आहेस. तू सच्चा दोस्त आहेस. लपवालपवी नाही आणि जे आहे ते सांगण्याचं धैर्यही आहे. अगदी थर्ड पर्सन होऊन तू विचार करू शकतोस प्रत्येक गोष्टीचा."

"थँक्यू. मग? विषय अर्धा सोडू नकोस."

"माझी मीच संभ्रमात आहे."

"पासिंग फेझ असेल ही. आत्तापर्यंत एकटी होतीस, स्वतंत्र होतीस. भाऊ-बहीण नसले की, हे एकटं असणं जरा वेगळं ठरतं. शेअरिंग नसतं ना तिथे! जे काही आहे, मतं-पैसा-हट्ट-स्वामित्व!"

"तसं आहे? मी तशी आहे?"

"थोडीशी! हुशारी, रूप आणि स्वातंत्र्य ह्या तीनही गोष्टी आहेत तुझ्यात; मग जरा तसं असणं हे स्वाभाविक आहे. आणि आता एक दुसरी व्यक्ती– अपरिचित– आयुष्यात येत आहे आणि तडजोडीला सुरुवात होत आहे, तर वर-वर तू हे मान्य केलं असशील; पण आतून ही तडजोड ॲक्सेप्ट होत नाहीये, असं असेल कदाचित!"

"असं असेल? मी तर असा विचार केलाच नव्हता."

"करूही नकोस. आनंद घे नव्या आयुष्याचा. सर्व प्रश्न मनातून काढून टाक आणि ह्या नव्या जीवनाचं स्वागत कर. मग सर्व काही सोपं होईल."

"आणि तू? तुझं काय?"

"मीही आनंदाने स्वीकारलं आहे, तुझं लग्न, तुझं नवं जीवन. आणि डोंट वरी, मी निकाह करणार आहे– अम्मीजानसाठी आणि माझ्यासाठीही."

"बरं वाटलं अकील. काल तुला भेटले तर कसंतरीच, अपराधी वाटत होतं."

"तू आलीस, ते छान झालं. म्हणूनच तर मी असा विचार करू शकलो. मी आनंदात आहे."

"अमू, अमोलिकाऽऽ"

"रक्षिता? तू– आत्ता इथे?"

"वा! लग्न ठरलं आणि मला विसरलीस ना?"

"तुला विसरून कसं चालेल? तूच तर मुख्य ह्या लग्नातली. पण होतीस कुठे? ना फोन, ना भेट? आणि आज उगवलीस अचानक?"

"अगं, जरा बाहेर गेले होते. वीकएंड सेलिब्रेट करायला."

"हे असं किती काळ चालणार? लग्न कर आता."

"माझा बॉयफ्रेंड तू पळवलास."

"रक्षिताऽऽ!"

"सॉरी. पण हे खरं तर आहेच. किती वर्षं पाठलाग केला त्याचा, पण अगदी नाहीच... आणि त्याहून कहर म्हणजे, माझ्याचकडून तुला पटवली."

"मग सांगू का नरोत्तमला की– बाबा रे, माझ्याशी नको, रक्षिताशी लग्न कर म्हणून!"

"वो आपके प्यार में दिवाने है! उनको कहाँ हम जैसे मामुली लोग दिखाई देंगे?"

"बस, पुरे हं. आता कशी काय आलीस?"

"सहज. तू कशी आहेस, हे बघायला आले."

"मी मजेत आहे. निघू या? आज घरी बरीच कामं आहेत."

"एनी हेल्प?"

"नो, थँक्स. आणि... काही नाही."

"बोल गं!"

"अंगठी घ्यायला जायचंय, तर कशी घेऊ? सांगतेस?"

"सांगत नाही, दाखवते. ही बघ–"

"ग्रेट!"

"आवडली ना? अशीच सांग घ्यायला."

"बघते."

"तो कोण गं?"

"तो अकील. माझा कलिग."

"स्मार्ट आहे. ओळख करून दे ना–"

"तू पण ना–"

"चल ना, काय हरकत आहे? बघते, पटतोय का!"

"रक्षिताऽऽ"

"चिडू नकोस बाई, टाइमपास करत होते. किडिंग."

"चल, निघू या."

"चल, सी यू देन."

उमाकांत सप्रे अमोलिकेची वाट बघत होते. त्यांना तिच्याशी बोलायचं होतं. आज तिचं नरोत्तमशी काय बोलणं झालं, हे जाणून घ्यायचं होतं. त्यावरच साखरपुडा करायचा की नाही, हे ठरवायचं होतं. तशी तर साखरपुड्याची तयारी झालेली होती. पण तो होणं-न होणं, हे सर्वस्वी अमोलिकेवर अवलंबून होतं. त्यांची तयारी होती की, जरी अमोलिकेने नकार दिला, तरी ते तिला सपोर्ट करणार होते आणि होकार असेल, तर प्रश्नच नव्हता.

"काय सारख्या येरझाऱ्या घालताय? तुम्ही डिस्टर्ब असता तेव्हा हेच, असंच करत राहता; पण कारण सांगत नाही. काय झालंय?"

"काही नाही."

"सांगा आता."

"बाई, अमोलिकेला जर नरोत्तम पसंत नसेल, तर हा साखरपुडा होणार नाही."

"काऽऽय? काहीही बोलताय! काहीही विचार करताय! हॉल ठरला, देणी-घेणी ठरली, खरेदीही झाली, आमंत्रणं गेली– आणि हे आत्ता बोलताय? तुम्ही आणि तुमची लेक– दोघं मिळून खेळ-खंडोबा..."

"म्हणूनच मी गप्प राहतो. समजून घेण्याआधीच तुमची सुरुवात होते."

"काय समजून घ्यायचं? तिने होकार दिला, म्हणून ना सगळं पुढलं ठरलं? जबरदस्ती केली होती का? आणि एकदा ठरलेलं लग्न मोडलं की किती मानहानी..."

"लग्न होऊन मोडण्यापेक्षा ठरलेलं मोडलं तर हरकत नाही."

"छे-छे-छे... काय हे बोलणं? वरातीमागून घोडं... सगळं झालं करून आणि आता म्हणताय अमोलिका तयार नाही लग्नाला?"

"मी असं कधी म्हणालो?"

"मग काय हे? कशासाठी अभद्र बोलणं? सहज? गंमत म्हणून? आपली उचलली जीभ आणि लावली टाळ्याला!"

"बाई, पुरे. ही बघा– आलीच अमोलिका. आता काही बोलू नका तिच्यासमोर."

"हे पुन्हा वर! म्हणजे मीच..."

"काय झालं आई?"

"काही नाही."
"बाबा?"
"उशीर झाला तुला."
"हो, रक्षिता भेटली होती."
"तू फ्रेश हो, मग मला बोलायचंय तुझ्याशी."
"हो, आलेच."

बाईंना कळेना की, नक्की झालंय तरी काय? आणि त्यांना ही पण खात्री होती की, दोघांपैकी कुणीही त्यांना काहीही सांगणार नाही. 'माझंच चुकतं. कशाला विचारायला जायचं? आपण आई असूनही पोरगी कधी मोकळेपणाने आपल्याशी बोलली नाही, आत्ताही बोलत नाही. ती नाही तर नाही, पण उमाकांतनेही सांगू नये? एकुलती एक पोर– तिची काळजी नाही वाटणार? आता हे लग्न करायचंच नाही म्हणाली, तर पुन्हा हिच्याशी लग्न कोण करणार? तो तयारच असेल अकील! वाटच बघत असेल हिचं हे लग्न मोडण्याची– की येईल लगेच. पण वाट्टेल ते झालं तरी मी त्याच्याशी अमूचं लग्न होऊ देणार नाही. आणि काय वाईट आहे नरोत्तम? देखणा आहे, पैसा आहे, एकुलता एक आहे, जातीतला आहे, अमूवर प्रेम करणारा आहे– अजून काय हवं? कधीही घरी आला की, अगदी वाकून नमस्कार करतो. म्हणजे, संस्कारही आहेत.'

"आई, चहा देतेस ना?"
"हं. अमू, साखरपुडा जवळ आला आहे."
"हो."
"जरा रजा टाक आता. पार्लरमध्ये जा. फेशियल, हेअर कट, आयब्रोज– सगळं करून घे. मेंदी कोण काढणार आहे, तेही ठरवू या आणि अंगठी घ्यायला जायचंय ना? ब्लाऊज शिवून झाले असतील, तेही आणायचे..."
"बाई, सावकाश. सगळं होईल व्यवस्थित. काय अमू? होय ना?"
"हो बाबा."
"चला, मग प्रश्नच मिटला. नक्की ना?"
"होयऽऽ!"
"ठीक– ठीक. बाई, बघत काय बसलात अशा? तयारीला लागा– वेळ कमी आहे."
"वा! हे बरं आहे, चोराच्या उलट्या बोंबा..."
"कोण चोर, कसल्या बोंबा? आई, हे काय बोलतेस?"
"तुझ्या बाबांनाच विचार."

“काही नाही अमू. बाईंना म्हणी म्हणायचा नाद आहे, हे तुला माहीत आहे. होय ना?”

“पण–”

“चला. सुट्टीसाठी अर्ज केला आहेस ना?”

“हो. परवापासून रजा घेतली आहे. खरेदीलाही जायचं आहे ना!”

“नशीब माझं! काहीतरी मनावर घेतलंस, म्हणून.”

“आई, तू नेहमी असंच का म्हणतेस? मला काही जबाबदारी कळत नाही का?”

“कळते ना!”

“काही अर्थच नाही बोलण्यात.”

“बरं. कर मग, अळी मिळी गुपचिळी!”

“हं!”

अमोलिकेला राहून-राहून आईचं आश्चर्य वाटायचं. ‘शिक्षिका आहे ही. असंख्य मुलांना ती रोज बघते. वेगवेगळ्या वातावरणात वाढणारी मुलं, वेगवेगळ्या आर्थिक पातळीवरच्या कुटुंबांतली मुलं... जेव्हा एकत्र एका छताखाली येतात, तेव्हा ती आपल्यासोबत आपल्या घरातलं वातावरण घेऊन येतात. अशांना कसं हाताळावं, हे तिला आजही समजत नाही? आणि त्याच्या अगदी उलट आहेत ते बाबा. त्यांनी फक्त एकच मूल बघितलं, ते मूल म्हणजे मी. तरीही मुलांची मानसिकता त्यांना समजते. ते आईपेक्षा कमी शिकलेले आहेत. तोही त्यांचाच मोठेपणा. लग्नानंतर त्यांनी तिच्या शिक्षणाला, आजोबा नाही म्हणत होते, तरीही दुजोरा दिला. आई एम.ए. झाली. पीएच.डी. करण्यासाठीही बाबांनी तिला आग्रह केला, पण तिचीच तयारी नव्हती. शिक्षण सामंजस्य देत नाही? नसेलही आणि असेलही; ते माणसाच्या मूळ वृत्तीवर अवलंबून असावं. पण आजही समाजात असाच समज आहे की, उच्चशिक्षित माणसं समजूतदार असतात. त्यांना तारतम्य असतं. नरोत्तमही उत्तम शिक्षित आहे. त्याच्यात तारतम्य असेल? आपण होकार तर दिला आहे; पण आपल्याला खरंच नरोत्तम समजला आहे का? मी कशी आहे, हे त्याला समजलं असेल? घाई होत्येय का? छे! का पुन:पुन्हा आपण ह्या अशा विचारांपर्यंत येऊन पोहोचतो?’

“अमोलिकाऽऽ, तुझा फोन वाजतो आहेऽऽ”

“हॅलोऽ”

“डार्लिंग, फोन किती वेळ वाजतोय!”

“सॉरी. बोल.”

“उद्या येतो सकाळी.”

"अंऽऽ नको. मी सुट्टी टाकली आहे परवापासून. मला उद्या खूप काम आहे ऑफिसमध्ये."

"धिस इज नॉट फेअर."

"प्लीज–"

"ओके. बाय द वे, तुला मेल पाठवलं होतं. चेक केलंस?"

"मेल? कधी?"

"दुपारीच. तू तुझी मेल्स बघत नाहीस का?"

"वेळच होत नाही. ऑफिसची, कामाची मेल्स ऑफिसच्या मेल आयडीवर येतात. पर्सनल अकाउंट ओपन करायला वेळच नसतो. काय पाठवलं आहेस?"

"भले! ते जर फोनवरून सांगता आलं असतं, तर मेल का पाठवलं असतं?"

"बघते– आत्ताच बघते."

"फोनवर चेक कर की!"

"घरात वाय फाय नाहीये."

"उद्याच्या उद्या थ्री जी घेणार आहेस तू."

"मला नाही त्याची आवश्यकता वाटत."

"पण मला वाटते."

"मग तू घे."

"ते तर मी कधीचच घेतलं आहे."

"उत्तम."

"तूही..."

"नरोत्तम, मला नको आहे. मला थोडं पर्सनल लाइफ हवं असतं."

"मग फेसबुकवर कशी आलीस?"

"मी नाही आले, ते काम रक्षिताचं."

"तिचे आभार मानतो मी. म्हणूनच तर तू भेटलीस."

"ओके."

"बरं, फोन ठेवतो आता मी. मेल चेक करून मला लगेचच रिप्लाय कर किंवा फोन कर. ओके स्वीट हार्ट?"

"ओके."

मेल बघून अमोलिका अस्वस्थ झाली. ती मेल बाबांना दाखवावी का? नरोत्तम अशी मेल पाठवूच कशी शकतो? असे अनेक प्रश्न मनात दाटून आले.

'ही मेल नरोत्तमनेच पाठवली आहे ना? सेंडरमध्ये त्याचंच नाव दिसतंय. तोही गंमत करतो आहे की, खरंच त्याला तसंच म्हणायचं आहे? कुणाचे आहेत हे

फोटो? मॉडेलच आहे, अर्थातच. पण तिने घातलेले हे कपडे? झिरझिरीत नेटचा गाऊन आणि त्यातून दिसणारे आतले लेसचे कपडे! म्हणजे... म्हणजे मी असे कपडे घालावेत, असा ह्याचा अर्थ? नरोत्तम? हे असं? शी! ही फॉरवर्ड केलेली मेल आहे आणि त्याने ती आपल्याला फॉरवर्ड केली. ज्याने कुणी नरोत्तमला ही मेल पाठवली असेल, त्याने असाच विचार केला असेल की– नरोत्तमने त्याच्या बायकोला असे कपडे घ्यावेत किंवा अशा कपड्यांत... छे!'

"हॅलो, मी बोलतेय अमोलिका."

"बघितलंस?"

"हे काय आहे सगळं? आणि कशासाठी?"

"भले! मला वाटलं होतं की, तुला आवडेल."

"त्यात आवडण्यासारखं काय आहे?"

"त्यात न आवडण्यासारखं काय आहे?"

"नरोत्तम–"

"एक मिनिट, तुला थोडं रोमँटिक होता येत नाही का?"

"ह्यात..."

"रोमँटिक म्हणजे अजून काय असतं वेगळं? आपण लग्न करणार आहोत; तू माझी बायको होणार आहेस... बायकोला अशा कपड्यांमधे बघावंसं वाटलं मला, तर त्यात चूक काय? तसंही टीव्हीवर जाहिरातीत बघतात सगळे अशा कपड्यांतल्या बायका, ते चालतं?"

"जाहिरात आणि मी– दोन्ही सारखंच?"

"अजिबात नाही. म्हणूनच तर तुला तुझ्या पर्सनल आयडीवर मेल पाठवली. हे फक्त आपल्या दोघांत– हनिमूनच्या वेळी. मी तुझ्यासाठी तशी खरेदी करणार आहे."

"मी नाही वापरत..."

"वापरून बघ."

"नरोत्तम... मला वाटतं, आपण आता भेटायला हवं."

"ये. वाट बघतो तुझी."

"सीसीडी?"

"ओके."

अमोलिका तरातरा निघाली. तिची घाई बघून बाईंनी टोकलंच.

"आता कुठे निघालात? काही मदत वगैरे करायची नाही वाटतं?"

"करते. पण आधी मीच मला मदत करायला जाऊन येते. बाबा..."

"ये, पण लवकर ये."

"हो."

सीसीडी नेहमीप्रमाणेच गच्च भरलेलं होतं. नरोत्तम पोहोचायचा होता. अमोलिकेला काय करावं, कळेना. तसं तिच्याकडे कुणाचं लक्षही नव्हतं. पण तरीही तिला ऑकवर्ड वाटत होतं. दहा मिनिटं, पंधरा-वीस मिनिटं– वाट बघून तिला कंटाळा आला. जे ताड्ताड् बोलायचं होतं, तो आवेशही संपला. ती खिन्न होऊन घरी जायला निघाली आणि तिला नरोत्तम येताना दिसला.

"सॉरी, सॉरी! काय करणार? निघतच होतो, तर मावशी आली. आता ती आल्या-आल्याच मी बाहेर पडणं, हे बरं दिसत नाही ना! म्हणून..."

"पण मला आता उशीर होतोय. जायला हवं."

"मी सोडेन तुला. आधी बस, बोल. काय झालं?"

"ती मेल..."

"कमॉन अमोलिका! अगं, त्यात इतकं अस्वस्थ होण्यासारखं काय आहे? आपण दोघं तरुण आहोत. तारुण्यातल्या ह्या गोष्टी आहेत. तुझ्याशी मोकळेपणा नाही दाखवायचा, तर कुणाशी?"

"मला समजत नाही आहे की मोकळेपणा– म्हणजे तो असावा, पण हा असा? बाजारीकरण झालंय सगळ्याचं. आपणही त्याला हातभार लावायचा?"

"मला तुला तसं बघावंसं वाटलं– वाटतंय– ते मी तुला सांगितलं आणि हो, हे सगळं लग्न झाल्यानंतर हवं आहे. आता हे तुला सांगावं तर कसं? आणि त्यात गैर काय?"

"गैर?"

"हो, मग? बरं, तुला नाही आवडलं, तर यापुढे नाही पाठवणार मेल्स! ओके?"

"हं..."

"आता मूड बदल तुझा. कमॉन, लेट्स हॅव अ लाँग ड्राइव्ह!"

"नको. आई वाट बघतेय. मदत करायची आहे तिला."

"बरं, उद्या संध्याकाळी अंगठी घ्यायला जायचंय, असं आई म्हणत होती."

"मी सांगते तसं घरी."

"नको. ते घरच्यांना कळवू देत. तू तयार राहावंस, म्हणून बोललो. आता प्लीज हास. विसर सगळं. ओके?"

"बरं."

"चल, तुला ड्रॉप करतो."

उमाकांत सप्रे अमोलिकेची वाट बघत होते. नक्की काय झालंय, हे त्यांना समजत नव्हतं. त्यांनी अमोलिकेला इतकं अस्वस्थ आधी कधी बघितलं नव्हतं. त्यांना अमोलिकेने नरोत्तमबद्दल जे सांगितलं होतं, ते आठवलं. आत्ताही ती जशी गेली, त्याच्याच संदर्भात काहीतरी असेल का– असाही ते विचार करत होते. बाईंची बडबड चालूच होती. फराळाचं करायचं होतं. पाहुणेमंडळी येणार तर सतत खायला लागणारच काहीतरी आणि त्यात अमोलिकेची मदत शून्य, म्हणून त्यांना राग येत होता. उमाकांत कायम लेकीचीच बाजू घेतात, म्हणूनही त्या चिडल्या होत्या. बाईंचा राग तसा बरोबरच आहे, असं उमाकांतना वाटत होतं. मात्र, जास्त चिंता अमोलिकेच्या भविष्याची वाटत होती. पण फक्त वाट बघण्यापलीकडे आपण काहीही करू शकत नाही, हेही समजत होतं.

लॅचचा आवाज आला, तसे उमाकांत सप्रे हॉलमध्ये आले.

"आलीस? बरं झालं. काळजी वाटत होती."

"बाबा, मी लहान आहे का आता?"

"लहान नाहीस, म्हणूनच काळजी वाटते हो अमोलिका मॅडम."

"आई..."

"कुठे गेली होतीस? आता तरी सांग."

"अं, नरोत्तमला भेटायला."

"अगदी कळस झाला. ही काय वेळ आहे भेटण्याची?"

"बाई, थांबा. तसंच काहीतरी कारण असेल; त्याशिवाय अमू गेली नसती."

"घेतली लगेचच बाजू."

"कारण होतं आई."

"सांग– मला सांग."

"पण ते आता मिटलं."

"म्हणजे?"

"म्हणजे, ठीक आहे आता."

"सांग सगळं आणि खरं-खरं."

"बाबा..."

"सांग अमू. आता मोकळेपणाने बोललीस, तर चांगलं. पुढे उशीर झाला, असं वाटायला नको. बोल–"

"नरोत्तमला मेल्स फॉरवर्ड करण्याची सवय आहे. तो दिवसभरात किमान

पाच-दहा मेल्स अनेकांना पाठवत असतो.''

''बरं, मग?''

''सगळीच चांगली असतात, असं नाही.''

''ही त्याची सवय तुला कधी समजली किंवा तुझ्या लक्षात कधी आली?''

''हल्लीच– काही दिवसांपूर्वी. खरं सांगू, तर मला माझं पर्सनल अकाउंट ओपन करायला वेळच मिळत नाही. कधी कधी तर मी अकीलला सांगते चेक करायला. तेही एवढ्याचसाठी की, फोनबिल मेलवर मिळतं. तेव्हा एकदा अकील म्हणाला की, नरोत्तमची पंचवीस-तीस मेल्स आली आहेत. मला आश्चर्य वाटलं. रोज भेटत आहोत, फोन चालू असतो– त्याशिवाय मेल? कशासाठी? मी सर्व मेल्स चेक केली. सगळी फॉरवर्ड केलेली. कसले विनोद, पुणेरी पाट्या, कसले कसले फोटो, चित्रं– पेंटिंग्जचे आणि ब्रिजचे... असंच काहीबाही. मी त्याला विचारलंही की, तुला ऑफिसमधे काम नसतं का?''

''मग?''

''म्हणाला की, दोन मिनिटांचं तर काम असतं, मेल्स फॉरवर्ड करण्याचं!''

''तुला आता त्रास कसला होतोय? त्याला करू देत काय करायचं ते. ऑफिसमधली माणसं काही बोलत नाहीत ना त्याला? मग?''

''आई, साधी मेल्स असतात– हरकत नाही. पण...''

''पण काय?''

''मी नाही सांगू शकत.''

''दाखव– मला बघू दे मेल... मेलं लक्षण! काहीबाही बोलत राहायचं...''

''बघ. ही मेल त्याने मला पाठवलीय.''

''हे? हे असं?''

''समजलं तुला आता? बाबांना नाही दाखवू शकत.''

''नको दाखवूस. मला अंदाज आला आहे.''

''बाबा, आई– तुम्ही मला खूप छान विचार, संस्कार दिले आहेत. मी जरी आजच्या काळातली असले, तरी माझे विचार आजच्या काळातले नाहीत. मला हे असं काही बघणं सहन होत नाही. मला वाटतं की, नरोत्तम माझ्यासाठी योग्य नाही. मी त्याला ह्याच मेलबद्दल विचारायला गेले होते; पण त्याने ते अगदी सहज, स्वाभाविक करून टाकलं. त्याला ह्यात काही चुकीचं वाटत नाही. तो म्हणतो की, मोकळेपणाने मी माझ्या बायकोबरोबर वागायचं नाही, तर मग कुणाबरोबर?''

''बरोबर बोलला तो. मोकळेपणा हवाच ह्या नात्यात.''

''हवा मोकळेपणा आई, पण हा असा? आमचे विचारच...''

“फार पुढे गेली आहे आजची पिढी. मी शाळेत बघते ना! पाचवीतली मुलं– त्यांनाही सगळं माहीत असतं. प्रेम करतात, चिठ्ठ्या लिहितात आणि अजूनही काही चालू असतं. आता दहा-बारा वर्षांची पोरं असला फाजिलपणा करतात... म्हणजे, मला म्हणायचंय की–”

“बाई, शाळेतलं शाळेत. इथे अमूचा विचार करायचा आहे.”

“अगं, जर तू एखादी गोष्ट खेळकरपणाने घेतलीस, तर गंमत वाटेल आणि गंभीरपणा मनावर अवलंबून आहे प्रत्येकाच्या.”

“तुम्हाला काय म्हणायचंय बाई?”

“तारुण्य चहाटळ असतंच. हा निदान राजरोस सांगतोय तरी. छुपी वृत्ती असती, तर?”

“म्हणजे आई, मी हे लग्न...”

“ते तुझं तू ठरव. असं व्हायला नको की– देव लागला द्यायला, पदर नाही घ्यायला...”

अमोलिका गॅलरीत आली. छान वारं होतं– आल्हाददायक! घराघरांतून दिवे प्रकाश फेकत होते. काही मंद, काही प्रखर. काही तावदानं स्वच्छ पारदर्शक, काही दुधी, काही राखाडी, काही हिरवी. रंगांप्रमाणे दिव्यांच्या प्रकाशाचा रंग बदलत होता. ‘ह्या वेगवेगळ्या काचा, ही वेगवेगळ्या माणसांची आवड होती. त्या काचा– त्यांची निवड म्हणजे तशा स्वभावाची माणसं असतील का ती? म्हणजे ज्या घराच्या काचा पारदर्शक, त्या घरातल्या माणसांचे विचारही पारदर्शक असतील का? जिथे दुधी काचा– ती माणसं फार जपत असतील घरातल्या गोष्टी. खासगी! आपलं, आपल्या कुटुंबातल्या माणसांचं आयुष्य सार्वजनिक करत नसतील. आणि हिरवा रंग? तो काय सांगतो? आयुष्य रंगीत असावं– असं? आणि निळ्या रंगाच्या काचा! निसर्गाशी, आकाशाशी तुलना करणाऱ्या; की समुद्राला, आकाशाला आपल्यात सामावून घेणाऱ्या? ती माणसं त्या निळ्या रंगासारखी मनानेही विशाल असतील का? नरोत्तमचा रंग कोणता? आपला रंग कोणता? पांढरा? प्रत्येक रंगाला सामावून घेणारा, की सतत स्वत:चं स्वच्छ अस्तित्व दर्शवीत राहणारा?’

अमोलिकेची नजर वर आभाळाकडे गेली. त्या शहरातल्या रोषणाईने आभाळाचा काळा रंग मळला होता. चांदण्यांना स्वच्छ चमचमायचं होतं, पण त्यांचं तेजही मळकं दिसत होतं– मलिन! अमोलिकेला वाटलं की, ह्या चांदण्यांना स्वच्छ धुऊन काढावं आणि मग पुन्हा आकाशात नेऊन ठेवावं. ‘नरोत्तमच्या विचारांनाही असंच धुऊन काढता येईल का?’ ह्या विचारानेच तिला हसू आलं. वाटलं की, ‘आपल्याला

जितका तो मलिन विचारांचा वाटतो आहे, तितका तो नसेलही. हे आपल्याच मनाचे खेळ असतील. आता अगदी आपण पारदर्शक व्हायचं– स्वच्छ! आपल्या मनातल्या त्याच्याबद्दलच्या मलिन विचारांना धुऊन टाकायचं. माणसं समजायला वर्षानुवर्षं लागतात. आपली तर तशी ही नवीनच ओळख. स्वत:ला, त्याला समजून घेण्यासाठी अजून बराच काळ द्यायला हवा. बास! आता पूर्णविराम! उद्याची सकाळ स्वच्छ असेल, अगदी हसरी. ही आयुष्याची भूपाळी आहे, ती प्रसन्नतेने गायची!'

■

६

'ही अमोलिका म्हणजे अगदी भोट आहे! साधा रोमान्स समजत नाही? हीच मेल रक्षिताला पाठवली, तर खिदळत होती. इतकंच नाही, तर तसा गाऊन आणून दे, म्हणून मागे लागली. स्पष्ट सांगितलं तिला– देणार नाही. म्हणजे, तुला देणार नाही; तो अमोलिकेसाठी आहे. चिडली जराशी. म्हटलं चीड! वाट्टेल ते लाड नाहीत. सालं, एक आश्चर्यच आहे. ही रक्षिता– तिला किती पटवायचा प्रयत्न केला; पण नाहीच. आणि राजरोसपणे... नाही, राजरोसपणे नाही, लपून-छपून आपल्याबरोबर आऊटिंगला येते. आत्ताही दोन दिवस– ग्रेट रोमान्स म्हणजे काय, हे तिच्याकडून शिकावं. म्हणजे, हे असे संबंध चालतात तिला माझ्याबरोबर; पण लग्न नाही. प्रेमही नाही म्हणते. नाही तर नाही– आपलं काय जातंय? खरं तर खूप इन्व्हॉल्व्ह झालो आपण. वाईटही वाटत राहिलं. पण मग समजलं की, ती वेगळी आहे. खूप प्रॅक्टिकल आहे. मग आपणही हळूहळू बदलत गेलो. आधी वाटायचं– ती आपला वापर करतेय. मग आपणही तेच करायला लागलो. ॲडिक्ट होत गेलो. लग्न नकोच; असेच संबंध ठेवावेत, असंच राहावं. पण मग अमोलिका दिसली. परफेक्ट लाइफ पार्टनर. ती रक्षितासारख्या मुलींसारखी नाही, हे जाणवलं. अशा मुली हल्ली दिसणं कठीणच. आईला वाटतं अजूनही की, मला खूप चांगली बायको मिळाली असती. पण तिला माहीत नाही, अशा खूप चांगल्या मुली... जाऊ दे. आपण कशाला कुणाबद्दल काही बोला? सालं, मेल पाठवली अमोलिकेला, हे चुकलंच. पण तिनेही समजून घ्यायला हवं. अरे यार, मस्त धमाल करायचं वय आहे. आता नाही तर कधी, म्हातारपणात धमाल करायची? अमोलिका बेस्ट लाइफ पार्टनर होऊ शकते. नो डाऊट! पण बेस्ट बेड पार्टनर होऊ शकेल का? तेच तर बघायचं होतं, म्हणून तर मेल पाठवली... आणि त्या दिवशी? काय फिटिंग होतं तिच्या टॉपचं! वाव्! साली नजर हलतच नव्हती! घामाचा एक ओघळ तिच्या त्या दरीत अलगद घसरत होता. ओ माय गॉड! पण जपायला हवं. आता अगदी साधं, सरळ

वागायला हवं. पण आपण तर सरळच वागतो. साधं किसही केलं नाही अजून. मग?'

"नरोत्तमऽऽ एऽ नरोत्तम..."

"आलो..."

"हे पैसे– अंगठीसाठी. तुम्ही दोघंच जाताय ना, की मी पण यायला हवी आहे?"

"नको. जातो आम्ही दोघंच."

"नीघ आता. ती वाट बघत असेल."

साखरपुडा छानच झाला. झकास सजवलेला हॉल, मंद सनई, पाहुणे– सगळा गोतावळा, उत्तम जेवण! अमोलिका आनंदात होती. नरोत्तमही. सौ. वंदना फडणीस आणि श्री. वरद फडणीस... आज तेही आनंदात होते. अमोलिका फारच छान दिसत होती. आधी जशी वाटली होती सामान्य, तितकी ती सामान्य नाही दिसायला– हे वंदना फडणीसांना जाणवलं. नरोत्तम-अमोलिका जोडा छान दिसतो आहे, असंच सगळे म्हणत होते. बाई सप्रे आणि उमाकांत सप्रेही आनंदात होते. शेवटी ठरलं आणि त्याप्रमाणे झाला बाई एकदाचा साखरपुडा; आता भीती नाही, हे समाधान बाईंच्या चेहऱ्यावर अगदी सरळ-सरळ दिसत होतं.

अमोलिका आनंदात होती. अकीलची तिने ओळख करून दिली नरोत्तमला. नरोत्तमला कल्पना होती की हाच अकील, जो अमोलिकेवर प्रेम करतो.

साखरपुडा झाला आणि दिवसांना जणू पंख लागले. दिवस उजाडता-उजाडता मावळू लागला. आता दोन्ही घरांतून लग्नाची गडबड सुरू झाली. कामांना वेग आला. लग्नाअगोदर दोन-तीन प्रोजेक्ट्स अमोलिकेला पूर्ण करायचा होता. हॉस्पिटलच्या बांधकामाला सुरुवात झाली होती. डॉक्टर पै जातीने लक्ष घालत होते. एक हॉस्पिटल बांधायचं, तर किती बारीक-बारीक गोष्टींचा विचार करावा लागतो, हे अमोलिकेलाही नव्याने समजत होतं. प्रॅक्टिकल नॉलेज असणं किती आवश्यक असतं!

"अमोलिका, तू साइटवर जाऊन बघितलं आहेस ना– सर्व व्यवस्थित होतंय ना?"

"हो सर. काही काही अडचणी येतात, पण इट्स ओके. त्यांना सॉल्व्ह करता येतंय. पण सर, माझा प्रश्न वेगळाच आहे. इतकं मोठं प्रोजेक्ट आणि ते बघणारे

आहेत डॉ. पै एकमेव! त्यांना वेळ नसतो. ऑपरेशन्स, व्हिजिट्स- प्लस त्यांचं स्वतःचं क्लिनिक! काही डिस्कस करायचं असेल, तर त्यांची वाट बघत राहावं लागतं. ह्या एवढ्या मोठ्या प्रोजेक्टसाठी एकच माणूस- हे कसं काय?''

''मी बोलतो पुंपुटकरांशी. त्यांनीच खरं तर ह्यात जास्त लक्ष घालायला हवं. पण ते स्वतःच त्यांच्या फॅमिली प्रॉब्लेम्समध्ये अडकले आहेत. एनी वे, मी बघतो.''

''सर, डॉक्टर पैंनी लास्ट व्हिजिटमध्ये काही चेंजेस सांगितले आहेत. ते जरा-''

''मी बघतो.''

''ओके सर. आणि माझी रजा सँक्शन...''

''झाली आहे. डोंट वरी.''

''थँक्यू सर.''

''बाय द वे, नरोत्तम- हो ना?''

''हो.''

''काय करतो तो?''

''नोकरी. एका प्रायव्हेट फर्ममध्ये ॲडमिनचा हेड आहे. आधी असिस्टंट होता.''

''वा वा! ओके. गिव्ह माय रिगार्ड्स!''

''शुअर. निघू मी? साइटवर जायचं आहे.''

''हो. यू मे गो.''

अमोलिका अकीलची वाट बघत होती. लंच घेऊन दोघांनाही साइटवर जायचं होतं, पण अकीलचा पत्ता नव्हता.

''मौलिकऽऽ''

''येस् मॅडमऽ''

''अरे, अकीलसरांना बघितलंस का?''

''नाही.''

''ओके.''

''मी कँटीनमध्ये बघून येतो.''

''माझ्यासाठी कॉफी आणि सँडविच आणशील?''

''आणतो. मॅडम, अकीलसर आले.''

''हो? ठीक- दोन कॉफी, दोन सँडविच... कुठे होतास तू?''

''निघायचं ना?''

“हो, पण खाऊन घेऊ या. एकदा साइटवर गेलो की, काहीच मिळणार नाही.”

“ओके.”

“पण होतास कुठे?”

“इथेच– म्हणजे...”

“म्हणजे, बाहेर. हो ना?”

“हं.”

“का असं करतोस? माझा साखरपुडा झाला, तेव्हापासून बघतेय मी. का असं? का टाळतोस? जेवढ्यास तेवढं बोलतोस?”

“नाही गं, असं काही नाही.”

“फिर?”

“तुला माहीत आहे.”

“पण...”

“एखादी गोष्ट इमॅजीन करणं आणि तीच गोष्ट प्रत्यक्षात घडणं– त्यात फरक आहे. ती गोष्ट प्रत्यक्ष बघणं– ह्यात तर जास्त फरक आहे. प्लीज गिव्ह मी सम टाइम. आय नीड इट!”

“ओके. खाऊन घे. मग निघू आपण.”

“हं.”

“तोपर्यंत मी मेल चेक करते. माय गॉड!”

“काय झालं?”

“काही नाही. सांगितलं तर, तुला वाईट वाटेल.”

“नाही वाटणार. बोल.”

“जरा स्क्रिन बघ माझा– मेल्स बघितलीस? इट्स मोर दॅन थर्टी आणि सगळी पाठवणारा कोण, बघितलंस? नरोत्तम!”

“इट्स टू मच!”

“येस्! इट इज! तुला वाईट वाटलं?”

“नाही. मी समजू शकतो तुला. वाच तरी.”

“एवढा वेळ कुठे आहे?”

“निदान एखादं बघ.”

“ओके.”

“इन बॉक्स, क्लिक, ओपन... हे काय आहे?”

“जोक्स! वाच...”

“अं.. एक सरदार... त्याची बायको... शी:!”

“काय झालं!”

"सिली! म्हणजे सिली जोक्स... आय कान्ट रिड एनी मोअर..."

"अमोलिका..."

"हा असले जोक्स पाठवूच कसे शकतो?"

"हे नॉर्मल आहे."

"म्हणजे, मी ॲब्नॉर्मल आहे?"

"ऐसे नहीं... तू अलग है। आज तुला काही सांगू?"

"बोल."

"तू वेगळ्या पद्धतीने वाढलीस. तू नेहमी तुझ्या बाबांबद्दल बोलतेस. तुला त्यांच्याशी फ्रीली बोलता येतं. तुझे विचार वेगळे आहेत. ह्या जनरेशनमध्ये..."

"मी सूट होत नाही, असंच ना?"

"थोडंफार तसंच. म्हणूनच तुला असले जोक्स आवडत नाहीत. पण हे कॉमन आहे."

"तुला आवडतात?"

"नाही."

"मग?"

"मेरी बातही अलग है। अब्बाजान फार लवकर अल्लाला प्यारे झाले. अम्मीजानने दुसरा निकाह नाही केला. मला मोठं केलं, मेहनत घेतली. मेरे लिए खेल-कूद, मस्ती से ज्यादा मेरी अम्मीजान के लिए वक्त देना, उनकी मदत करना– हेच महत्त्वाचं होतं. मी जर साध्या नॉर्मल वडील असणाऱ्या घरातला असतो..."

"असं का म्हणतोस? तुझं घर नॉर्मल नाही?"

"म्हणजे... सॉरी, मला असं म्हणायचं होतं की... जर माझे अब्बाजान असते, तर मीही इतर मुलांसारखाच झालो असतो. उमर से पहले मॅच्युअर्ड हो गया!"

"म्हणजे, माझंच चुकतंय?"

"हो. धिस इज नॉर्मल. त्याला– नरोत्तमला – सगळ्या गोष्टी तुझ्याशी शेअर करायच्या आहेत, तर करू देत की. तुला आवडत नाही तर डिलिट कर. वाचलंच पाहिजे, असं काही नाही. यू कॅन डू दॅट. यू आर फ्री टू डू सो!"

"हो रे! मी असा विचार केलाच नाही. पण..."

"आता, फर्गेट इट! नो 'पण'– ! बॅक टू जॉब– कमॉन!"

अमोलिकेला खूप बरं वाटलं, हलकंही वाटलं. 'आपण उगीचच विनाकारण चिडत होतो. अकीलने सगळं सोपं करून टाकलं. खरंच, आपण मित्र-मैत्रिणींत फार रमलो नाही. त्यांची अफेअर्स, पिक्चरला जाणं, हॉटेलिंग– आपण तशा दूरच असायचो. म्हणूनच हे असलं काही कधी ऐकलं नाही. हां, तसं कानावर

यायचं काहीतरी; पण तेव्हा लक्ष दिलं नाही. कॉलेजमध्ये सगळेच आपल्याला ताई म्हणायचे. अगदी नॉनमहाराष्ट्रीयनसुद्धा! पण राग नाही आला कधी. बाबाच आपले वडील, आपले मित्र. आता नरोत्तम तसा आहे तर आहे. पाठवू देत कितीही मेल्स, डिलिटची की तर आपल्याच हातात आहे! येस्, क्लिक, सिलेक्ट ऑल? येस् क्लिअर ऑल... टक्... डिलिट...! सो इझी टू डू सो! इट्स गॉन!'

"काय चाललंय?"

"नेहमीचंच."

"साल्या, तुला एवढी मेल्स येतात तरी कोणाकडून?"

"येतात अशीच."

"बघू?"

"बघ ना– तुलाही पाठवतोय."

"अजून कुणाकुणाला पाठवलीस?"

"सॅमला, रक्षिताला आणि अमोलिकेलाही..."

"अमोलिका? तुझी बायको..."

"येस्!"

"स्साला!"

"आपलं सगळं काम खुल्लमखुल्ला असतं. शी शुड नो माय लायकिंग्ज, डिस्लायकिंग्ज."

"पण तुला माहीत आहेत का, तिची लायकिंग्ज-डिस्लायकिंग्ज?"

"ते फार महत्त्वाचं नाही. कळेल हळूहळू. पण तिला माहीत असायलाच हवं की, आपला पार्टनर किती इंटरेस्टिंग आहे आणि किती जॉली आहे."

"तू नाही सुधारणार!"

"बिघडलोय कुठे? ही बघ आली–"

"कोण?"

"रक्षिता. आता ऐक..."

"नरोत्तम, हे काय आहे? सकाळी-सकाळी ही असली मेल्स वाचत बसू? कामं नाहीत का?"

"ओह! म्हणजे सकाळी मेल्स पाठवली म्हणून राग आलाय? ठीक आहे; ह्यापुढे दुपारी पाठवेन."

"यू आर टू मच!"

“गेली.”

“चलो यार, छोड.”

“अक्षय, नवी कोटेशन्स आली का?”

“नाही.”

“फॉलो-अप् कर. नव्या हॉटेल्सची लिस्ट मला फॉरवर्ड कर प्लीज. टाय-अप् करायला हवं. कमी रेटमधे बेस्ट सर्व्हिस देतील क्लायंट्सना. बिझनेस सेट करायचा आहे ना!”

“ओके.”

“दास आहेत का?”

“येस्.”

“आफ्टर लंच मीटिंग घेऊ एक. विश्वासलाही सांगून ठेव.”

“ओके.”

“आणि टूरिस्ट ऑपरेटर्सनाही कॉल द्यायला हवा– रेट कमी करून घेण्यासाठी.”

“हो, करतो सगळं.”

“ठीक.”

“सालं, हे ॲडमिन डिपार्टमेंट सांभाळायचं म्हणजे तारेवरची कसरत आहे. बॉसला सांभाळा, क्लायंट्स, गेस्ट्स सांभाळा. हॉटेलच्या पोऱ्याने वेळेत पाणी नेऊन नाही दिलं की, बॉस आमचा गळा धरणार. ड्रायव्हर उद्धट निघाला की तितकाच किंवा त्याहूनही जास्त उद्धट होऊन बॉस चारचौघांत आपला गेम करणार. फ्लाईट कॅन्सल झाली तर एअरलाइन दोषी नाही, हा नरोत्तम दोषी! ॲज इफ, मीच ह्यांना घेऊन फ्लाय करणार... नाही ॲज इफ, मीच एरोप्लेनचा शोध लावला आणि ते विमान बिघडवलं. ह्यात, ह्या सर्व कटकटीत थोडा आराम, थोडं हँसीमजाक– ही मेल्स! काय साली डोकी आहेत! रिअली, कोण तयार करत असतील अशी मेल्स? बापमाणसं! नाव-गाव जर कळलं, तर् त्यांना पद्मश्री देऊन टाकेन!”

“सर, दाससाहेबांनी बोलावलंय.”

“येतो सांग माय स्वीटहार्ट!”

“थँक्यू सर...”

‘ही ऑपरेटर बाकी झकास आहे. तिच्याशी काहीही बोला– ती शांतपणे, थँक्यू सर म्हणते. चला नरोत्तमराव, निघू या. पण वाव्! काय फिगर आहे... रक्षिताला पाठवलंच पाहिजे. म्हणावं, फिगर अशी असायला हवी. क्लिक, ओपन– मेल आयडी– क्लिक– सेंड!’

“सर–”
“येस् डार्लिंग.”
“सर, दाससर...”
“गोइंग डिअर.”
“थँक्यू सर!”

“हॅलो, अमोलिका.”
“हाय, बोल.”
“आज भेटतो तुला संध्याकाळी.”
“नाही जमणार. केळवणं सुरू झाली आहेत. मामाकडे जायचं आहे.”
“दहाच मिनिटं.”
“ओके. काही खास?”
“ऑफिसमध्येच येतेस का?”
“ओके.”

रक्षिता द्विधा मन:स्थितीत होती. तिला अमोलिकेशी बोलायचं होतंही आणि नव्हतंही. ‘काय करू? सांगू का अमोलिकेला? नरोत्तमचा स्वभाव, त्याचं वागणं! पण मग ती विचारेल की– हे सर्व माहीत असूनही तू गप्प का बसलीस? मग मी काय सांगणार? आणि आपल्यालाही आज अचानक हे सांगावंसं का वाटतंय? नरोत्तमची परवाची मेल्स बघून? पण तो तर असाच आहे. आधीही पाठवत होता आणि आपणही त्याला प्रोत्साहन देतच होतो की! नुसतं प्रोत्साहन? नाही, अजूनही बरंच काही– सगळंच! आपल्याला तरी नेमकं काय हवं होतं? बस, जरा मजा! पॉश हॉटेलमध्ये राहणं, खाणं-पिणं– सगळं फुकटात! मग आता का? ह्यापुढे मिळणार नाही, म्हणून? चटक लागली आहे आपल्याला? चटक? येस्! मोठ्ठाली गिफ्ट्स, मोठमोठ्या मॉल्समधून शॉपिंग. बंधनात न अडकता सर्व काही हवं का? ममी-पपांचा संसार बघून, संसार-घर ह्यासारख्या गोष्टींवर विश्वासच राहिलेला नाही. म्हणून तर घर सोडून आलो मुंबईत. इथे कुणी तुमचा भूतकाळ विचारत नाही. प्रत्येक जण आपल्यातच इन्व्हॉल्व्ह. आणि नरोत्तम? इतकं प्रेम करणारा आपल्यावर– अर्थात पूर्वी त्याने तरी कुठे विचारलं होतं की, तू एकटी का राहतेस– असं? पण... आपलं जाऊ दे; पण अमोलिकेचं तसं नाही. ती साधी, सरळ, स्पष्ट आहे. तिची फसगत होत आहे. आज आपण बोलायचं. माहीत आहे की, ह्यानंतर नरोत्तम चिडेल. काय वाट्टेल ते करेल आपलं. बदनाम करेल. चालेल. पण तरीही... अमोलिकेची फसगत होता कामा नये. तसं झालं, तर मी तिच्या आयुष्याचं वाटोळं

केलं, हे आपल्याला डाचत राहील. अजूनही वेळ गेलेली नाही. मला बोललंच पाहिजे.'

"हाय! वेळेवर आले ना?"
"येस्! दोन मिनिटं दे. एक रिप्लाय देत आहे. सेंड केला की काम झालं."
"ओके."
"कॉफी?"
"नंतर."
"रिगार्ड्स- ओके. डन... अंऽऽ सेंड. गुड!"
"हं, झालं?"
"येस्! पीसी बंद होतोय. निघू या मग."
"ठीक!"
"बोला मॅडम, काय झालंय इतकं?"
"मला बोलायचंय तुझ्याशी."
"बोल ना!"
"अमोलिका..."
"एक मिनिट. 'हॅलो, हं आई, बोल. अं? हो- हो, निघालेच आहे. पोहोचते ना... हो- हो. साडी? बरं बाई, येतेय गं. फोन ठेवते. हो- हो... बाय.' हे असं चालू आहे. आईला इतका उत्साह आला आहे की, काही विचारू नकोस.. बरं, एऽ लवकर बोल हं. आई-बाबा दोघेही तयार आहेत. मलाच उशीर झाला, तर घरात पुन्हा शाळा भरेल!"
"नंतर बोलू मग. नीघ तू."
"आणि कॉफी?"
"मीच घेते दोन्ही कप- तू नीघ."
"पक्का?"
"येस्, पक्का!"

कॉफी पिता-पिता रक्षिताला जाणवलं की, वेळ निघून गेली आहे. आता काहीही होऊ शकणार नाही. तिला असंही वाटलं की, कदाचित नरोत्तम बदलेलही. 'तसा तो वाईट नाही. हुशार आहे, कुणाच्याही मदतीला धावून जातो. पैशांसाठीही हात आखडता घेत नाही. ठीक आहे, ही एक आहे आवड त्याला- चावटपणा करण्याची. बदलेलही. मीच चुकत असेन किंवा खरोखरच आपल्याला त्याची सवय झाली आहे. पुढे आता तो आपल्यापाशी येणार नाही, म्हणून आपण... काहीही

असो. आता आपण शांत राहायचं. अमोलिकेच्या आनंदात विनाकारण घोळ घालायचा नाही, अडथळा व्हायचं नाही...'

भला मोठा खड्डा! आणि त्याला अजून मोठं, खोल करण्याचं काम चालू होतं. त्या प्लॉटभोवती तारेचं कुंपण आणि ज्या बाजूने वस्ती होती, त्या बाजूला मोठ्ठाले पत्रे लावले गेले होते. प्लॉटच्या सुरुवातीलाच मोठ्ठा बोर्ड लावलेला होता– 'संजीवनी हेल्थ केअर अँड रिसर्च सेंटर'. हॉस्पिटल हा शब्द डॉ. पै यांना नको होता. हॉस्पिटल म्हटलं की, डोळ्यांपुढे वेगळंच चित्रं येतं– त्यात उदास व्हायला होतं. डॉ. पैंचा हा दृष्टिकोन अमोलिकेला आवडला होता. तिचं स्वत:चं हे पहिलंच स्वतंत्र प्रोजेक्ट होतं. ही इमारत उभी राहताना तिला बघायचं होतं. त्यातल्या प्रत्येक गोष्टीत तिला जातीने लक्ष घालायचं होतं आणि जेव्हा ही इमारत उभी राहील, तेव्हा ती पास होण्यासाठी आर्किटेक्टची सही लागेल; तेव्हा अमोलिका झोकात सही करेल, 'अमोलिका सप्रे.' नाही, तेव्हा ती सप्रे नसेल; तेव्हा ती फडणीस असेल– 'अमोलिका फडणीस!'

"क्या देख रही हो इतना? कुठे हरवली आहेस?"

"स्वप्न पूर्ण होत आहे, हे उघड्या डोळ्यांनी बघतेय अकील."

"हो. बधाई!"

"अंहं, अजून वेळ आहे. आत्ताशी तर सुरुवात आहे. पाया खणला जातोय. पाया मजबूतच हवा."

"सर्वच बाबतींत."

"म्हणजे?"

"नात्यामध्येसुद्धा पाया मजबूत हवा."

"तो तसा करणं, हे आपल्याच हातात असतं. हो ना?"

"हो, आणि तसा तू कर. जिथे डळमळीत आहेस, तिथे विश्वासाचं काँक्रीट भर. म्हणजे जराही डळमळीत होणार नाही, कलंडणार नाही."

"अकील..."

"मैं शादी कर रहा हूँ।"

"काऽऽय?"

"हो. अम्मीजानने पसंत केली आहे तिला. तिचीच निवड."

"आणि तू हो म्हणालास?"

"अर्थातच."

"काय नाव?"

“रझिया.”

“बहोत अच्छे. काय करते?”

“उत्तम कशिदा करते, मेहेंदी काढते सुंदर...”

“कलाकार आहे.”

“हां. कशिदा, मेंदीसाठी मोठमोठाल्या ऑर्डर्स येतात तिला– खानदानी माणसांकडून.”

“अरे वा! कैसी दिखती है?”

“खूबसुरत! बहोत खूबसुरत है! भेटणार तिला?”

“अं? नको. फिर कभी.”

“निघायचं?”

“हं.”

‘अकीलचं लग्न ठरलं. ती कलाकार आहे, सुंदर आहे... आनंद व्हायला हवा मला, तर चुटपुट का लागतेय? काय हवं होतं मला?– अकीलने माझ्यासाठी कायम झुरत राहावं? फक्त माझ्यावरच प्रेम करावं? मी नाकारलं, तरीही त्याने माझीच वाट पाहावी? का? असं का वाटतंय मला? माझा अहंकार दुखावलाय. मी कधी तसा विचारच केला नाही की, अकील लग्न करेल. मी त्याला गृहीत धरलं होतं. हे मन असं कसं? तो अचानक परका का वाटू लागला? आता अम्मीजान माझं कौतुक करणार नाही, रझियाचं करेल. ते योग्यच आहे. हे समजतंय, पण तरीही...? खूबसुरत म्हणताना अकीलचे डोळे चमकत होते का? तेव्हा तो जास्तच चांगला दिसत होता का? किती सरळतेने त्याने रझियाचं कौतुक केलं– जराही अडखळला नाही. शंका नाही की, मला काय वाटेल? मी काहीतरी हरवलंय का? माळेतला मोती अलगद घरंगळून जावा– तसं काहीसं?’

■

७

"कुठे आहेस अमोलिका?"

"साईटवर. बोल, आत्ता कसा काय फोन केलास?"

"एवढ्या उन्हाची साईटवर? कशासाठी?

"ते माझं काम आहे नरोत्तम."

"रापशील. लग्न जवळ आलं आहे. मुली किती काळजी घेतात अशा वेळेस आपल्या स्कीनची."

"डोंट वरी. छत्री धरलीये मी डोक्यावर."

"हां, मग ठीक आहे."

"पण तू आत्ता फ्री कसा काय? मीटिंग होती ना तुझी?"

"कॅन्सल झाली."

"मग?"

"लंचला भेटू या?"

"तू ये साईटवर."

"इतक्या लांब? आणि जाण्या-येण्यातच वेळ जाईल. तूच ये ना."

"नाही रे निघू शकत. बिल्डर आणि डॉ. पै– शिवाय पुंपुटकरही येणार आहेत. सॉरी."

"ओके. आता कंपनी शोधतो. कोणीतरी मिळेलच."

"ठीक. ठेवू फोन?"

"असाच ठेवणार?"

"नरोत्तमऽऽ"

"कमॉन, जरा रोमँटिक हो. सांगावं का लागतं तुला? इतर मुली बघ जरा. तासन्तास कानाला फोन लावून असतात. हसतात, लाजतात आणि तू..."

"किती मुलींचा अनुभव आहे तुला? आणि मी रोमँटिक आहे की नाही, हे तुला कसं माहीत? अजून भेटलोच आहोत कितीसे आपण?"

''ओह! म्हणजे तू रोमँटिक आहेस तर! सुटलो! अब राह देखेंगे हम, आपका जलवा देखने के लिए!''

''चल, ठेवते फोन. सर आलेत.''

''ओके. बाय डार्लिंग!''

'म्हणजे अमोलिका रोमँटिक आहे तर! सालं, हे कळणार कसं? आणि कधी? की डायरेक्ट लग्न झाल्यानंतरच समजणार? असतात, काही मुली असतात अशा. सोड्याच्या बाटलीसारख्या. जोपर्यंत बूच बंद आहे, तोपर्यंत साधं पाणी आहे असं वाटणाऱ्या; पण एकदा का बूच उघडलं की... अमोलिका तशीच असावी. ठीक आहे. हम है ना उसके लिए... मग तिला उधाण येईल आणि ते झेलण्यासाठी नरोत्तम तुम्हीच हवेत. पण ते सर्व नंतर. आत्ता काय करावं? रक्षिता... तिलाच विचारावं. बऱ्याच दिवसांत भेटलीही नाही. म्हणजे, ऑफिसमध्ये दिसली. दिसते, बोलते; पण त्याला 'भेटणं' म्हणता येत नाही. येस्, रक्षिता! कायम सोड्याच्या बाटलीचं बूच उघडल्यासारखी...

''हॅलो, हाय रक्षिता! मी नरोत्तम.''

''नाव सांगण्याची गरज आहे का?''

''हो... ओह येस्. नाही, गरज नाहीच. एनी वे, लंचसाठी भेट 'स्वागतम्'मध्ये. वाट बघतो.''

''येते.''

''हाय!''

''हाय! वाव्! नवीन ड्रेस?''

''हं. टेबल बुक केलं आहेस ना?''

''येस् मॅम, चल.''

''आज इतक्या दिवसांनी भेटतो आहोत आपण!''

''बघ ना– खूपच दिवसांनी. म्हणजे ऑफिसमध्ये...''

''त्याला काही अर्थ नाही.''

''करेक्ट!''

''नरोत्तम, मलाही बोलायचं होतं तुझ्याशी.''

''बोल की! वन मिनिट, आधी ऑर्डर देऊ या?''

''बोल.''

"अमोलिकेबद्दल. ती माझी मैत्रीण आहे."

"वाव्! काय सांगतेस?"

"शट अप् नरोत्तम! ऐक. अमोलिका साधी-सरळ मुलगी आहे. ती आजकालच्या मुलींसारखी नाही."

"म्हणजे, तुझ्यासारखी नाही. बरं. देन?"

"ओके, माझ्यासारखी नाही आणि म्हणूनच तुझे तरिके इथे चालणार नाहीत."

"म्हणजे काय?"

"हेच की, तू जसा आहेस... म्हणजे–"

"कमॉन रक्षिता, बी फ्रँक!"

"ओके, बोलतेच. तुझं अश्लील, तुला म्हणजे... अं... ठीक. तू जो अश्लील आहेस, त्याने तिचं आयुष्य वाया जाऊ शकतं."

"ते कसं?"

"ते तुला चांगलं माहीत आहे. तुझ्या सवयी, तुझी मेल्स, त्यातला तुझा आनंद, बेफिकिरी, व्यसनं आणि सेक्स... तिच्यासाठी तू योग्य नाहीस."

"मग, तुझ्यासाठी योग्य आहे का मी? जे-जे तू मला– म्हणजे हे जे तू माझं वर्णन, माझी स्तुती करत आहेस, ते सगळे गुण तुझ्यातही आहेत. सो, वुई आर बेस्ट कपल..."

"नरोत्तम, प्लीजऽऽ"

"आज ही उपरती कशी काय झाली तुला? अमोलिकेशी ओळख करून दिलीस, तेव्हाही मी असाच होतो. आपलं सगळं खुल्लमखुल्ला आहे. अमोलिकेलाही एव्हाना समजला असेलच माझा स्वभाव. तिलाही..."

"ओह! म्हणजे तिच्यासमोरही तू असाच वागतोस?"

"असा म्हणजे?"

"म्हणजे स्मोक करतोस, ड्रिंक्स घेतोस, सेक्सबद्दल बोलतोस, मेल्स पाठवतोस..."

"हे बघ, हल्ली स्मोकिंग आणि ड्रिंक्स अगदी कॉमन झालं आहे. लहान पोरंही त्यात मागे नाहीत. सो, त्यात काही आश्चर्य वाटण्याचं कारण नाही. हां, सेक्सबद्दल फार काही बोलत नाही आम्ही, पण मेल्स पाठवतो ना तिला.. जोक्स, पिक्चर्स..."

"जे मला पाठवतोस..."

"येस्, तिलाही. त्यात चूक काय? कल्पकता आहे. अरे, असे जोक्स तयार करणाऱ्याच्या मेंदूची स्तुती व्हायला हवी. पण त्या मेंदूचा शोध घेणार कसा? आणि पिक्चर्स म्हणशील तर– तुम्ही बायकाच असे फोटो देता. साली, बायकांना लाज नाही; मग बघणाऱ्यांना लाज का वाटावी?"

"नरोत्तम...?"

"ए बये, डोकं आऊट करू नकोस. सरळ जेव आणि फूट."

"मी निघते."

"बस– बस... अंऽऽ लेट मी थिंक! अंऽऽ ओह येस्– असं आहे काय!"

"काय?"

"तुझा पत्ता कट झाला ना आता. सो, तुला तसं व्हायला नकोय. तुला ते-ते सगळं हवंय, जे-जे आत्तापर्यंत तुला माझ्याकडून फुकट मिळत होतं. पण ते आता होणे नाही. सो, यू आर ट्राइंग की, हे लग्न होऊ नये."

"मी असा का प्रयत्न करू?"

"सिम्पल! अमोलिका तुझी मैत्रीण! तिच्याशी प्रतारणा केल्याचा सल आहे हा. आणि पुढे जर चुकून पुन्हा आपण एकत्र आलो, तर तू तिच्यासमोर उभी राहू शकणार नाहीस... सो, तुला माझ्याशी लग्न न करता सर्व काही हवं होतं, जे मिळतही होतं; ते पुढे मिळणार नाही आणि तू एकटी पडशील. घाबरत्येस तू ह्या एकटेपणाला."

"शट अप् नरोत्तम! यूसलेसऽऽ!"

"ओह! बेस्ट आहे हे रक्षिता. वापर करून झाल्यानंतर यूसलेसच होणार! मी असा बनत गेलो ह्याला तू आणि तूच रिस्पॉन्सिबल आहेस. खरं प्रेम करत होतो तुझ्यावर! पण तू माझा वापर करत होतीस. मग मी विचार केला... म्हटलं, ओके. ऐसेही सही आणि आज तू... छोड... जा तू."

"पुन्हा सांगते. डोंट स्पॉईल हर लाईफ..."

"बाय... गुड बाय..."

'ही सांगते मला, डोंट स्पॉईल हर लाईफ? हं! व्हाय शुड आय? प्रेम करतोय अमोलिकेवर. आय जस्ट लव्ह हर! हां, आय नो– ती साधी आहे. तिला सिम्पल लाईफ आवडतं. ती तसं म्हणालीही होती की– एक छोटंसं घर, कुटुंब, मोकळेपणा हवा विचार व्यक्त करायला. बस! अजून काहीच अपेक्षा नाहीत. आणि आय नो की, इतक्या माफक इच्छा मी नक्की पूर्ण करू शकतो. हां, आता आपल्याला आहेत काही सवयी. आवडतं. सालं, हे वय पण असंच आहे ना! बट, आय डोंट स्पॉईल एनी थिंग! चार माणसांत आपण एकदम सभ्य, शांत, वेल कल्चर्ड! आणि आहोतच वेल कल्चर्ड! व्हाय शुड आय स्पॉईल हर लाईफ?'

"अमोलिका, मला आज मोकळेपणाने तुझ्याशी बोलायचं आहे."

"बोल ना! मला आवडतं असं सरळ-सरळ बोललेलं."

"येस्, आय नो दॅट! जस्ट टेल मी वन थिंग, ॲम आय स्पॉयलिंग युवर

लाईफ?''

''व्हॉट?''

''मला उत्तर हवंय.''

''पण नरोत्तम, हा प्रश्न... त्याचा रोख काय आहे?''

''रक्षिता मला तसं म्हणाली.''

''का?''

''बिकॉज ऑफ माय नेचर. माझ्या सवयी, माझी आवड...''

''म्हणजे नक्की काय?''

''तुला समजतंय, मी कशाबद्दल बोलतोय ते.''

''हो, पण तरीही तू सांग. माझे बाबा म्हणतात की, एखादी गोष्ट पूर्णपणे उच्चारावी. म्हणजे उच्चारतानाच आपलंच आपल्याला चूक की बरोबर, हे समजतं. सो यू से इट.''

''ओके. मी शौकिन आहे. मला सेक्समध्ये कमालीचा इंटरेस्ट आहे. मला ब्ल्यू फिल्म्स बघायला आवडतात. जोक्स, पिक्चर्स...''

''आय नो. पण तूच विषय काढला आहेस, तर सांगते. मला नाही आवडत अशी मेल्स! तू मला नको पाठवत जाऊस.''

''गैरसमज करून घेऊ नकोस. मला फक्त ह्याच गोष्टी आवडतात, असं नाही. नाटक, सिनेमा, चांगले कार्यक्रम अशा गोष्टीही आवडतात. उत्तम जेवण, तऱ्हेतऱ्हेचे पदार्थ... यू नो, व्हरायटी! मला व्हरायटी हवी असते. रूटीन लाईफ, आय कान्ट एंजॉय!''

''ओके. पण मी वेगळी आहे. मला कामातली व्हरायटी आवडते. मलाही नावीन्य हवं असतं, पण ते क्रिएटिव्हिटीमधलं. सो, मी आर्किटेक्ट झाले. चॅलेंज असतं ह्या फिल्डमध्ये. अमुक एका स्वेअरफूटमध्ये अमुक इतक्या गोष्टी बसवायच्या– त्याही अगदी सुंदरतेने, विथ कम्फर्ट्स– चॅलेंजिंग असतं. एक कन्सेप्ट एकदाच. इथे रिपिटेशन नाही.''

''माझा जॉब तसा नाही. एच. आर. म्हणजे...''

''तिथेही व्हरायटी आहेच की. वेगवेगळी माणसं, त्यांचे स्वभाव, त्यांना पारखणं आणि कार्य साध्य करून घेणं– इथेही रिपिटेशन नाही. कारण एकाशी जसं डील करू, तसं डील दुसऱ्याशी करता येत नाही.''

''येस्. यू आर राईट! स्टिल, इट इज अ मोनोटोनस जॉब!''

''बघणाऱ्याच्या दृष्टिकोनावर अवलंबून आहे. आणि तसं तर सर्व काही मोनोटोनसच असतं.''

''म्हणूनच मी सतत जॉब चेंज करत असतो. तुला पुढे ह्याचा त्रास होणार नाही,

असं मी धरून चालतो.''

''कशाचा? जॉब चेंज करतोस ह्याचा? नाही. पण तू समाधानी व्हायला शिकावंस पुढे, एवढं मात्र नक्की. कारण कितीही वेळा जॉब जरी चेंज केलास तरी फारसा उपयोग होणार नाही. जे 'अ'साठी करतो आहेस, तेच उद्या 'ब'साठी करशील. ह्यापेक्षा नरोत्तम तू स्वत:साठी काही करू लागलास, तर स्थिर होशील.''

''म्हणजे?''

''म्हणजे, जे काम करताना तुला आनंद देईल, असं.''

''हं...''

''का रे, काय झालं?''

''काही नाही. चल, जरा चालू या.''

''कॉफी संपव...''

चालता-चालता नरोत्तमने अमोलिकेचा हात हातात घेतला. तिने त्याची बोटं हळूच दाबली– एक आश्वासन दिल्यासारखी. नरोत्तम थोडा-फार कळू लागलाय, असं तिला वाटलं. ती निश्चिंत झाली. इतक्या दिवसांची घालमेल थांबली. ह्याला खूप जपायला हवं, असं तिला वाटून गेलं. प्रेयसी, पत्नी होण्याआधीच ती त्याचा आधार बनली. एका स्वच्छंदी आयुष्याला स्थिरता द्यायची आहे, असं तिने मनोमन मान्य केलं– ठरवलं. तिला आतून असंही वाटायला लागलं की, नरोत्तमसारख्या माणसाला आपणच साथीदार म्हणून योग्य आहोत. अमोलिकेला अचानक प्रौढ वाटायला लागलं. चॅलेंज घेण्याच्या तिच्या स्वभावाने हा चॅलेंजही स्वीकारला. तिचा अहंकार सुखावला. अमुक एका चौकोनात ह्या चित्र-विचित्र विचारांना आणून एकत्र करून सजवायचं– सुंदरतेने, विथ कम्फर्ट्स! आणि आपण हे करू शकतो, ह्याची तिला खात्री होती. तिने अजूनच आपला हात त्याच्या हातात गुंफला. चालता-चालता तिची मान त्याच्या खांद्यावर हळुवार विसावत राहिली.

''अकील...''

''हॅलोऽऽ बोल. आत्ता तुझा फोन कसा काय?''

''अकील, आय ॲम व्हेरी हॅपी. यू नो, आज नरोत्तमला भेटले होते...''

''ओके.''

''खूप छान गप्पा झाल्या. माझ्या सगळ्या प्रश्नांची उत्तरं मिळाली. तो खूप फ्री आहे. त्याने अगदी मोकळेपणाने सर्व काही मला सांगितलं. आणि खरंच, मला असं वाटलं की, मी त्याला सांभाळायचं आहे. आणि...''

"ओके. हळू. जरा दम तर घे."

"हो... हो... तर ना..."

"अमोलिका, मला खरंच आनंद होतोय, तुला रिलॅक्स बघून."

"हो ना? मलाही बरं वाटतंय रे."

"गुड."

"उद्या भेटू..."

"ओके, गुड नाईट."

"येस्, गुड नाईट."

मुलीतला बदल उमाकांत सप्रेंच्या लक्षात आला. ती उत्साही दिसत होती, आनंद व्यक्त करत होती, मनमोकळं हसत होती. हा फरक नेमका का झाला आहे, हे त्यांना कळत नव्हतं. पण पोरगी हल्ली मनमोकळं बोलत नाही का आपल्याशी, असं उगीचच त्यांना वाटत होतं. अमोलिकेच्या ड्रेसिंगमधला फरक, मेकअप, नेलपेंट मॅचिंग– हे सगळं त्यांना नवीन होतं. आजही अमोलिका छान तयार होऊन ऑफिसला गेली. तेव्हा त्यांनी बाईंकडे विषय काढलाच–

"बाई, तुम्हाला अमूमध्ये फरक झाल्याचं वाटत-दिसत नाही?"

"लग्न ठरलं की, सगळ्या जणी अशाच वागतात. म्हणजे, मुली. लग्न ठरलेल्या... अशाच..."

"पण अमू तशी नाहीये. तिचा स्वभाव..."

"झालं! अहो, जरा राहतेय व्यवस्थित, तर आनंद माना की. वारा पाहून पाठ फिरवावी लागते. तसं केलं, तरच निभावतं."

"म्हणजे?"

"अहो, आता नरोत्तम पडला देखणा; अमू सर्वसाधारण. आता देखण्या नवऱ्याबरोबर चार ठिकाणी जायचं, तर तसं राहायला नको?"

"हे काही पटत नाही..."

"तुम्हाला न पटो, पण हे असंच हवं. तोंडावर सगळे वा-वा म्हणतात, पण पाठीमागून बोलत असणार."

"काय?"

"एवढा रुबाबदार हा, पण बायको अशी का केली?"

"हे तुम्हीच म्हणताहात तर..."

"मी इतरांचंच सांगतेय. बरं आहे, जरा नीट राहायला लागली ते."

"बरोबर आहे तुमचं. छान, काळजी मिटली."

उमाकांत सप्रे एवढं म्हणून गप्प झाले.

'तसंच असेल. ह्या वयात असं राहणं हवंच. आपण कधी ह्याला महत्त्व दिलं नाही. पण समाजात वावरायचं, तर असं हवंच. पण हा बदल कायमचा व्हावा. अमूची आता काळजी करायचं कारण नाही. आपल्याला कसली काळजी होती, हे बाईंना सांगताही येत नव्हतं आणि जर अमूने हे लग्न करायचं नाही असं म्हटलं असतं, तर बाईंच्या शब्दांत सांगायचं झालं तर... बाईंनी आकाश-पाताळ एक केलं असतं. आहे बाईंचा स्वभाव असा. एक स्त्री– आई असून आपल्याच मुलीच्या भावना नाही पोहोचत तिच्यापर्यंत. मला नेहमीच एक कोडं पडतं. समजा– एक व्यक्ती... तिला तिच्या लहानपणी काही गोष्टी मिळाल्या नाहीत, म्हणजे प्रेम, वात्सल्य, कौतुक वगैरे, अशी व्यक्ती मोठी होते. तिचं लग्न होतं. तिला मूल होतं. तर, त्या मुलाला ती कसं वाढवेल? जे आपल्याला मिळालं नाही, ते ती आपल्या मुलाला देईल? की, जे मिळालंच नाही म्हणून द्यायचं कसं, हेच तिला समजणार नाही? बाई ह्या दुसऱ्या कॅटेगरीत मोडतात.'

"मिटली ना काळजी? मग आता? कामं व्हायला हवीत तर... तुम्ही तयार व्हा आधी. पत्रिका करायला टाकायच्या आहेत. महिन्यावर आलं लग्न!"

"हो... चला. पण अमू हवी ना बरोबर?"

"काही नको. आपणच ठरवू."

"हे बरोबर नाही..."

"आवरा."

"हॅलो, नरोत्तम?"

"बोला राणी सरकार..."

"असं? ठीक. तर आज्ञा आहे की, आज राणी सरकारांना साडेपाच वाजता भेटणे."

"क्षमस्व. सेवकास माफी असावी. परंतु, मीटिंग... खलबतासाठी जायचे आहे. सात वाजता?"

"क्षमा केली आहे. सात वाजता मात्र अवश्य यावे."

"जशी आज्ञा."

अमोलिका मन लावून तयार होत होती. स्वत:ला आरशात बघताना तिला वाटलं की, आपण अगदीच सामान्य नाही. खरं तर आपल्या रूपाची जाणीव प्रथम नरोत्तमने करून दिली, हेही तिला जाणवलं. तिने स्वत:ला तसं कधी बघितलंच नव्हतं. आपण सुंदर आहोत– ही जाणीव नातलग, समाज, मित्र-मैत्रिणी करून देतात. ही जाणीव अगदी समज येते ज्या वयात, तेव्हापासूनच

व्हायला लागते. कुणी आपल्या मुलाकडे, मुलीकडे वळून-वळून बघतं; तेव्हा आईला जाणवतं की, आपलं बाळ गोड आहे. अनोळखी चार नजरा तसं सांगतात. मग घरातूनही कौतुक होतच असतं. मूल सुंदर आहे की नाही, हे असंच समजतं आणि एका क्षणी मुलालाही समजतं– आपण वेगळे आहोत. तसं जाणवून देणारी माणसं मुलाला आवडू लागतात. एका अहंकाराची सुरुवात त्या क्षणापासून सुरू होते. हे चांगलं की वाईट? काही सीमेपर्यंत हे चांगलं. आत्मविश्वास वाढण्यासाठी पूरक; पण ती सीमा अगदी धूसर असते. पाऊल त्या सीमेपलीकडे कधी आणि कसं पडतं, हे मुलाला समजत नाही आणि नातलग-घरच्यांनाही समजत नाही. आत्मविश्वासाचं अहंकारात रूपांतर होतं आणि मग तो अहंकारच सर्वांपासून दूरत्व निर्माण करतो. अमोलिकेचं असं काहीच झालं नाही. लहानपणापासूनच तिची गणना सर्वसाधारण अशा वर्गातच केली गेली. पण त्यावर मात केली ती तिच्या विचारांनी, समजूतदार स्वभावाने, स्पष्टतेने आणि हुशारीने. ह्या गोष्टींनी एक वेगळंच तेज येतं, जे कदाचित सुंदर चेहऱ्यावरही दिसणार नाही.

पण आज ती स्वत:कडे बघत होती. कधीही न जाणवलेली गोष्ट जाणवू लागली होती– 'आपण छान दिसतो!'

■

८

“असं काय बघतोयस अकील?”

“तू बदलतेयस.”

“हं. तुलाही वाटतंय ना तसं? मलाही वाटतंय.”

“तू एवढी ‘तयार’ होऊन ह्या आधी कधीच...”

“हो रे. नरोत्तमला असं आवडतं.”

“कुणासाठी तरी आपण बदलायचं...”

“कुणासाठी तरी काय? अरे, तो तर माझा...”

“वाक्य पूर्ण करू देत की मला... हे चांगलं आहे! म्हणजे मनापासून त्या व्यक्तीला स्वीकारलंय– असं लक्षात येतं.”

“हो, खरंच. तसं झालंय.”

“मुझे खुशी है!”

“थँक्यू अकील.”

“छान दिसतेस.”

“----”

“बोल ना काहीतरी–”

“हे असं ऐकायची सवयच नाही रे मला. काय बोलू?”

“आता सवय करून घे. हे असं तुला आता पुन:पुन्हा ऐकायला मिळेल.”

“खरंच?”

“मला तर तू नेहमीच सुंदर वाटत होतीस. तसं वाटावं, म्हणून ह्या बदलाची माझ्यासाठी तरी कधीच गरज नव्हती.”

“अकीलऽऽ तू...”

“माझ्यासाठी तुझं सौंदर्य तुझ्या वागण्यात, आत्मविश्वासात आहे. आणि शेवटपर्यंत हेच सौंदर्य उपयोगी पडतं.”

"तू बाबांसारखं बोलतोस. मला असं घडवणारे बाबाच आहेत. त्यांनाही आश्चर्य वाटतं रे, की मी ही अशी बदलले..."

"तू खूश आहेस ना?"

"खूप!"

"मला तुला काही..."

"एक मिनिट हं– नरोत्तमचा फोन आहे."

अकील अमोलिकेकडे बघत राहिला. तिचं फोनवर बोलताना हसणं, लाजणं, खोटं चिडणं... आणि त्याला जाणवलं की, ही अमोलिका कुणी वेगळीच आहे– आपल्याला पूर्णत: अनोळखी! तो त्या क्षणी परका झाला. त्याला हेही जाणवलं की, अमोलिका आपल्याशी बोलताना कधीच अशी नव्हती. तिची नजर बोलता-बोलता कधीच लाजरी झाली नाही, तिची पलके कधीच झुकली नाहीत... आणि तो एकदम वेगळा झाला. दूर– परका. थोडा उदासही झाला. निसटतंय काहीतरी, ही जाणीव झाली आणि अमोलिकेच्या केबिनमधून अकील बाहेर पडला.

कधीतरी बोलणं संपलं. अमोलिका आपल्या केबिनमध्ये, आपल्या खुर्चीवर रेलली आणि ती त्या खिडकीच्या आरसपानी काचेतून कुठेतरी टक लावून बसली. आयुष्य बदलतंय... काहीतरी हालचाल होतेय. आता मला समजतंय की, कॉलेजमध्ये असताना कुणी मैत्रीण प्रेमात असायची तर ती वेगळी का भासायची? तिचं जग तेव्हा बदलत होतं. आयुष्य बदलत होतं. हे आयुष्य बदलणं म्हणजे काय? छे! आपण वेगळ्या वागतोय का? नरोत्तमला विचारायला हवं. नको. तो चिडेल. मग रक्षिताला? खरंच, आपल्याला खास अशी कुणी मैत्रीण असूच नये? एक तरी मैत्रीण हवी होती– जिच्याशी मनमोकळेपणाने बोलता आलं असतं. तसा अकील आहे. पण... नकोच... नको कुणाशीच बोलायला. हे माझं एकटीचं आहे. ही भावना, हा आनंद, ही हुरहुर... केवळ माझ्या मालकीची!

"मॅडम..."

'येस्. धिस बिलाँग्ज टू मी...? ओन्ली मी!'

"मॅडम..."

"कोण?"

"चहा आणू की कॉफी?"

"मौलिक! अरे... कॉफी आण– कोल्ड कॉफी."

"आणतो."

"आणि मौलिक, तुझ्या पोराचं लग्न ठरलंय ना?"

"हो."

"तुला काही मदत हवी असेल, तर सांग मला."

"सांगेन. जाऊ?"

"हं."

मौलिकच्या नजरेतूनही अमोलिकेचा आनंद सुटला नाही. ऑफिस ताजंतवानं वाटलं त्याला. 'मॅडमची मदत घ्यायची? तशी आवश्यकता भासणार नाही. पण मॅडमना मात्र नेहमी मदत करायची.' असं त्याने ठरवूनच टाकलं. असं का? ह्याला काही कारण नाही. हां, एक कारण असू शकतं. मौलिकला मुलगी नाही. दोन मुलंच. दुसराही मुलगाच झाला, तेव्हा तो हिरमुसला होता– मुलगी झाली नाही म्हणून. ह्या आजच्या युगात– जेव्हा मुलगी असेल गर्भात, तर गर्भपात करणाऱ्या समाजात मौलिकला मात्र मुलगी हवी होती. अमोलिका, तिचा स्वभाव, तिचं वागणं... अनेक पावसाळे बघितलेल्या मौलिकला फरक जाणवत असे. मनोमन मुलगीच मानून टाकलं होतं त्याने अमोलिकेला.

"मॅडम, कॉफी."

"ठेव."

"ही फाईल पाठवली आहे उसवेकरांनी."

"बघते. आणि मौलिक, सरांना सांग की, लंचनंतर साईटवर जाणार आहे मी."

"जी."

मेल्स चेक करण्यासाठी अमोलिकेने लॅपटॉप ऑन केला. अगदी नकळत तिने आपलं पर्सनल मेल आयडी टाईप केलं. पासवर्ड टाकून ओके केलं. साईन-इन! ओपन– मेल ओपन आणि भारंभार अनरीड मेल्सचे हिरवे चौकोन दिसू लागले.

'कमाल आहे! एवढी पत्रं? डिलिट तरी किती करत बसणार? ह्या टपाल पेटीत नुसता खच झाला आहे. ओह नो! नरोत्तम... अरे, काय हे? किती मेल्स पाठवतोस? असतील सगळे वाह्यात जोक्स!'

...आणि अमोलिकेला आश्चर्याचा सुखद धक्का बसला. प्रत्येक मेलमध्ये गुलाबाच्या लालभडक पाकळ्या होत्या– वर्षाव करणाऱ्या आणि तो वर्षाव होत होता अमोलिकेच्या फोटोवर!

'किती वेडा आहे हा! काय उत्तर पाठवू आता? इतकं प्रेम? आणि ते दर्शवण्याची ही पद्धत? मला का नाही जमत असं काही? मला असं सुचतच नाही.

आता साधं उत्तर काय पाठवायचं, हेही सुचू नये? अकीलला विचारते. तो सांगू शकेल...'

"हॅलो अकील, मला तुझी मदत हवी आहे. येतोस माझ्या केबिनमध्ये? थँक्यू."

"बोल, काय झालं?"

"अकील, तू डिझायनर आहेस. मला एक सुरेख मेल डिझाइन करून दे ना प्लीज."

"म्हणजे, कसं हवंय तुला?"

"तुझ्यापासून काय लपवायचं? ही मेल्स बघ नरोत्तमची– किती सुंदर! मला ह्या मेल्सना उत्तर काय पाठवायचं आणि कसं, हेच समजत नाहीये. तू काहीतरी छान मेल तयार कर. करशील?"

"थोडा वेळ लागेल."

"हरकत नाही."

"उद्यापर्यंत देतो करून."

"थँक्यू सो मच."

"इट्स ओके अमोलिका."

साइटवर आता कामाला वेग आला होता. खरं तर प्राथमिक काम चालू असताना अमोलिका तिथे नसती गेली, तरी चाललं असतं. पण तिलाच राहवत नव्हतं. ऊन, धूळ, माती, घणाघण आवाज, कामगारांची लगबग... हे सगळे कामाठी. चिवट अंगाचे, चकचकीत काळ्या रंगाचे, पिवळी हेल्मेट्स घातलेले आणि मळका बनियन अन् तोकडी पँट घातलेले. हात वर-खाली होत असताना घामाने चकाकणारी त्यांची काळी कातडी आणि त्यांचे ताठरलेले स्नायू... लोखंडी कांब. त्यांना लोखंडाच्याच स्टेपल पीनसारख्या आकाराच्या आकड्यात अडकवत जाणारे हात... आणि पुरुषांच्या बरोबरीने राबणारे बायकांचे हात– आणि हेच ते हात, जे अमोलिकेच्या कल्पनेला वास्तवात आणणार आहेत, आणत आहेत. तिला वाटलं– आपला हा आनंद बघायला, आपल्याबरोबरीने हा आनंद उपभोगायला आता इथे नरोत्तम हवा होता. डॉ. पैंना येताना बघून ती तिच्या मनातून बाहेर आली.

"नमस्कार डॉक्टर."

"येस् मॅडम."

"सर, मला अमोलिकाच म्हणा. मी खूप लहान आहे तुमच्यापेक्षा आणि..."

"येस् अमोलिका, व्यवस्थित चालू आहे ना सगळं?"

"हो सर."

"आता अजून किती दिवस लागतील पाया पूर्ण व्हायला?"

"ते तर श्री. विनायक सरांनाच विचारावं लागेल. पण ह्याच स्पीडने जर काम चालू राहिलं, तर दीड-दोन महिन्यांत पाया पूर्ण व्हायला हरकत नाही."

"दिवाळीत हॉस्पिटलचं उद्घाटन व्हायला हवं."

"होईल सर. संपूर्ण वर्ष हातात आहे."

"गुड. विनायक आला आहे. ऑफिसमध्ये आहे. भेटणार?"

"शुअर."

"विनायकच्या मते, कितीही प्रयत्न केला तरी दिवाळीपर्यंत काम पूर्ण होणं अवघड आहे."

"सर, त्यांच्या अडचणी त्यांना माहीत. मी माझ्याकडून पूर्ण सहकार्य देईन. शेवटी ऑन पेपर असलेलं ड्रॉइंग आणि ॲक्चुअल कन्स्ट्रक्शन– त्यामध्ये जर काही अडचणी आल्या, तर त्या-त्या वेळेला बघू. आत्ता तरी सगळं व्यवस्थित वाटतंय."

"ओके. बघू."

"सर, मी मधे रजेवर आहे, महिनाभर. पण त्या काळात अकील असेल. काहीही गरज वाटली, तर त्याला बोलवू शकता. शिवाय पुंपुटकरसर आणि उसवेकरसर आहेतच."

"लग्नाला बोलावणार आहेस ना मला?"

"हे काय विचारणं झालं सर? अर्थातच! तुमचे आशीर्वाद हवेतच."

हां-हां म्हणता लग्नाची तारीख जवळ आली. कितीही आधीपासून तयारी झालेली, केलेली असली, तरीही ऐनवेळेला गडबड उडतेच. पण तरीही लग्न सोहळा झोकात झाला. दोन्ही घरची माणसं आनंदात होती. रुसवे-फुगवे वगैरेला जागाच नव्हती. रुसवे-फुगवे होणारा काळ तसा आता मागेच पडला आहे. समजूतदारपणा वाढला आहे. आनंदसोहळा म्हणून लग्न-कार्यं गाजू लागली आहेत. त्या-त्या दिवसापुरतं प्रत्येक जण कुणीतरी खास असतं आणि आपण खास आहोत, ह्या भावनेने मिरवतही असतं.

अमोलिका-नरोत्तमच्या लग्नातही प्रत्येक जण मिरवत होता. आनंदाने, सुगंधाने, हास्याने, दिव्यांच्या रोषणाईत वातावरण अगदी बुडून गेलं होतं. नजर लागेल इतका सुरेख मंडप, जेवणाच्या पंगती, साड्यांची सळसळ आणि सनई-चौघड्यांचे सूर...

आत्ताही अमोलिकेच्या कानात ते सूर घुमत होते. प्रत्येक श्वासागणिक सुगंध दरवळत होता. काश्मीरमधल्या त्या हाऊसबोटवरचं हे वास्तव्य. समोर अस्ताव्यस्त

पसरलेला हिमालय... गुलाबांचे ताटवे... थंड शिरशिरी आणि मुग्ध करणारा नरोत्तमचा स्पर्श!

"अमू..."

"हं..."

"बोल ना काहीतरी–"

"खरं सांगू? काही बोलावंसं वाटतच नाहीये. हा निसर्ग, हे वातावरण, हा भव्य हिमालय..."

"पण तो आत्ता कुठे दिसतोय?"

"पण तो आहे ना, अगदी इथेच! समोरच्या किनाऱ्यावरचे हे गुलाबांचे ताटवे... आपल्याकडे ह्या गुलाबांना किती महत्त्व! किती महाग असतात. एक फूल दहा रुपये– आणि इथे? पायदळी तुडवली जातात. कुणालाच काही वाटत नाही."

"असंच असतं. जिथे ज्या गोष्टींची मुबलकता, तिथे त्या गोष्टींना महत्त्व नाही."

"खरं आहे."

"जाऊ दे ना. आपण गंभीर चर्चा वगैरे करणार आहोत का ह्या विषयावर?"

"अंहं!"

"तुला आवडतंय ना हे सगळं?"

"हे काय विचारणं झालं? खरं तर मी प्रथमच मुंबईबाहेर पडले आहे."

"म्हणजे, कुठेच गेली नव्हतीस आत्तापर्यंत?"

"गेले गावाला– कोकणात. आणि हो, महाबळेश्वर, माथेरान, पुणं आणि नाशिक."

"बस्?"

"हो."

"आता बघ. मी तुला संपूर्ण भारत फिरवून आणेन. प्रत्येक भागात आपली ओळख आहे. तिकडची हॉटेल्स, टुरिस्ट कार्सवाले– अगदी गाईडसुद्धा."

"तुझा व्यवसायच तसा, तर..."

"जाऊ आपण– नक्की."

"हं."

"थंडी वाजतेय? डेकवरून ऊठू या. गारवा वाढेल आता. खाली जाऊ. जेवणाची ऑर्डर द्यायची आहे."

"आणि तुला वेध लागले असतील आता– होय ना?"

"तुलाही देणार आहे आज."

"नको."

"आजच, फक्त आज."

''थोडीशीच.''

''येस् मॅडम.''

''मॅडम नाही...''

''ओके, राणी सरकार...''

''अमू, तुझ्याशी आज मोकळेपणाने बोलणार आहे.''

''बोल ना!''

''एक प्रॉमिस दे– जे सांगणार आहे, तो माझा भूतकाळ आहे. तो ऐकायचा आणि सोडून द्यायचा.''

''मान्य.''

''इतक्या सहजी...?''

''हो. कारण तो भूतकाळ जर आज वर्तमानकाळातही लुडबुड करणार असता, तर तू मला सांगण्याचा विचारच केला नसतास. आणि ज्या काळात 'मी' नव्हतेच, त्या काळावर मी आज अधिकार कसा काय सांगणार?''

''इतकं सोपं असतं?''

''ते प्रत्येकावर अवलंबून आहे– आपल्यावर अवलंबून आहे की, कठीण करून ठेवायचं की सोपं? जर संपूर्ण आयुष्य एकत्र घालवायचं आहे, तर आपल्या दोघांनाही गोष्टी सोप्या करून घेण्याचा मंत्र समजायला हवा.''

''अमू, तुझ्याआधी मी एक मुलीवर मनापासून प्रेम करत होतो... तिचं नाव... रक्षिता...''

''काऽऽय?''

''हो... रक्षिता...''

'किती शांत झोपलाय– अगदी मोकळा होऊन! मला आता काय वाटतंय? इथून काही काळासाठी तरी दूर जावं. पण कुठे? डेकवर?

'काळोख... घट्ट काळोख. असा घट्ट काळोख आपल्याला मुंबईत अनुभवता येत नाही. हलकासा हेलावा घेणारी ही हाऊसबोट. चांदणं इतकं छान असतं? हे असं चांदणं आपण कोकणातल्या घरातल्या अंगणात निजून बघितलं आहे; पण ते आकाश वेगळं आहे आणि हे आकाश वेगळं आहे. चंद्रकोर मावळतीकडे झुकते आहे आणि आपण? ह्या अशा एकट्या! ह्या क्षणी काय वाटतंय? निसर्गाचा आनंद घेत आहोत की, नरोत्तमच्या बोलण्याने दु:खी झालो आहोत? आणि तरीही विशाल वाटतंय. आपण सगळं सोपं करणार आहोत. रक्षिताने आपल्याला फसवलं, असं म्हणता येईल का? आणि नरोत्तमनेही? का वागली रक्षिता अशी? तिला प्रेम हवं

होतं, पण बंधन नको होतं. तिला फक्त शरीरसुख हवं होतं का? मग त्याला प्रेम कसं म्हणता येईल? पण आता खरोखरच तो भूतकाळ झाला आहे. आपण विश्वास ठेवायला हवा आणि जर आपल्याला हे शक्य होत नसेल, तर आजची ही रात्र शेवटची– असं स्पष्ट सांगता आलं पाहिजे. पण... बाबांना जर हे सांगितलं तर? बोलावं, बाबांशीच बोलावं... पण संसार तर आपला आहे, आयुष्य आपलं आहे. निर्णय घेता येण्याची क्षमता आपल्यात आहे. बाबांनीच ही क्षमता आपल्यात निर्माण केली. निर्णय आपण घ्यायचा, पण बाबांना स्पष्ट सर्व काही सांगायचं. केवळ एक सूतोवाच. मग, आपण कोणता निर्णय घेत आहोत? अमोलिका, तू निर्णय कधीचाच घेतलेला आहेस. तो केवळ मान्य करून टाक. सगळं सोपं होऊन जाईल. सर्व काही सोपं... सरळ... स्वच्छ...!'

■

९

"तर बाबा, हे असं आहे."

"तू काय ठरवलं आहेस?"

"मी... म्हणजे..."

"अमोलिका, ह्यात ठरवायचं काय? लग्न झालंय, हनिमूनही झाला. होतात अशा गोष्टी आयुष्यात. पण आता त्यावरून पुढलं आयुष्य खराब करून घेण्यात काही अर्थ नाही. जे झालं, ते झालं. ह्यापुढे घडत नाहीये ना? आणि घडणार नाही, असं नरोत्तम तुला म्हणाला आहे ना? मग झालं तर! विनाकारण हातचं सोडून पळत्याच्या मागे लागण्यात अर्थ नाही."

"बाई, किती बोलताय! अहो, हा वर्ग नाहीये; मुलीच्या आयुष्याचा प्रश्न आहे."

"मीही तेच सांगतेय– मुलीच्या आयुष्याचा प्रश्न आहे. ही त्याला सोडून आली, तर दोष हिलाच दिला जाणार. पुरुषांना पडतो का काही फरक?"

"पडतो; पण ते तुम्हा बायकांना कधीही समजणार नाही. पुरुष म्हणजे भावनारहित– ही जी तुमची संकल्पना आहे, ती साफ चुकीची आहे. आणि हा विषय नाहीये आता. तेव्हा तुम्ही जरा शांत राहा. अमूला बोलू देत. बोल अमू, तुला काय हवंय? तुझा जो काही निर्णय असेल, तो आम्हाला मान्य असेल."

"अहो, काहीही काय?"

"शांतऽऽ!"

"आई-बाबा, मी खूप विचार केला. विचार काय केला, तोही सांगते. बाबा, मागे एकदा मी तुम्हाला नरोत्तमबद्दल काही सांगितलं होतं. आठवतं?"

"होय."

"काय सांगितलं होतंस? मला नाही बोललीस ते? मलाच टाळत राहा कायम. आई आहे मी तुझी आणि..."

"जुनं झालं ते आई. तर, त्यानंतर मला कधीही तसा अनुभव पुन्हा आला नाही. मग नंतर अजून एक प्रसंग घडला, तो मी कुणालाच बोलले नाही. पण हां... अकीलशी बोलले होते."

"घ्या, म्हणजे मी नाही तर नाही, पण निदान तुमच्याजवळ तरी बोलत होती; तर आता तुम्हीही नाही– तर कोण? अकील? काय एवढं बोललीस? म्हणतात ना... असंगाशी संग..."

"तो तसा नाहीये आई आणि मी असंगाशी संग केलेला नाही. तो चांगला मित्र आहे माझा– एकुलता एक मित्र. संपूर्ण आयुष्य एकटी राहिले. ना शाळेत कुणी मैत्रीण मिळाली, ना कॉलेजमध्ये. आता हा... मी का सांगत्येय, हे सगळं तुला?"

"म्हणजे? माझ्यामुळे एकटी राहिलीस की काय?"

"हो, तुझ्याचमुळे. खरं ऐकण्याची ताकद आहे तुझ्यात?"

"हो, आहे. बोलच आता; होऊनच जाऊ दे."

"बाई, अमू– हे काय चाललंय? आता जर तुम्ही दोघीही शांत झाला नाहीत, तर मी निघून जाईन."

"सॉरी बाबा..."

"बोल आता."

"नरोत्तम मला... मलाच असं नाही, तर बऱ्याच जणांना रोज अनेक मेल्स पाठवतो. ती मेल्स चांगली नसतात. म्हणजे, मला तुम्हाला सांगता येणंही अशक्य, अशी मेल्स. मग दाखवणं तर... पण मग मी बोलले नरोत्तमशी. जसं अकीलने मला समजावलं होतं तसं– शांत होऊन बोलले. त्याने त्याचं समर्थन केलं. मग पुन्हा मात्र मेल्स आली नाहीत. आणि आता रक्षिता. मी सगळ्याचा विचार केला. मला जाणवलं की, तो लपवत नाही काही; मग ते चांगलं असो अथवा नसो. तो जसा आहे, तसाच सर्वांना दिसतो. त्याने सर्व काही मोकळेपणाने सांगितलं. हे त्याने जर मला कधी सांगितलं नसतं, तर मला कधी कळलं नसतं. पण... मग मला हे आवडलं. पटलं. त्याच्या गतकाळातल्या ह्या गोष्टी आहेत आणि पुन्हा तसं काही होणार नाही, ह्यावर माझा विश्वास आहे. ती रात्र खूप विचित्र होती. होकार-नकार, योग्य-अयोग्य, खरं-खोटं... अगदी सरमिसळ झाली होती. बराच वेळ एकटी बसून होते डेकवर. अफाट काळं आकाश, असंख्य चांदण्या... एक चंद्रकोर मावळतीकडे झुकणारी... थंडगार झालेली बोटं-कान-नाक आणि तरीही, गारठलेली मी– तशीच बसून होते. किती वेळ? काही समजलं नाही. तसाच डोळा लागला आणि पक्ष्यांच्या हाकेने जाग आली. बाबा, एकीकडे काळा-करडा रंग आकाशाचा, मधेच निळसर आणि एकीकडे हलकासा पिवळा, पांढरा, लालसर, नारिंगी... किती रंग... हलके, क्षणाक्षणाला आभाळाला रंगवणारे! किती तऱ्हेतऱ्हेचे पक्षी डेकच्या बॉर्डरवर येऊन

बसले. त्यांचे किती रंग... आणि बेभान व्हायला झालं. मनातलं सगळं मळभ स्वच्छ झालं. ह्या सुंदर, स्वच्छ, निर्मळ निसर्गाने माझ्या मनातलं काहूर कधी पुसून टाकलं समजलं नाही आणि डेक जिथे सुरू होतो, त्या दारात प्रसन्न-हसरा नरोत्तम दिसला. मी धावले. त्याच्या मिठीत गुंतले. सगळं... सगळं...''

उमाकांत सप्रे शांतपणे, भरल्या डोळ्यांनी अमोलिकेला थोपटत राहिले. बाईंना काय बोलावं– समजेना. आपण खरोखरच आपल्या मुलीला ओळखत नाही की काय, हा प्रश्न त्यांना भेडसावू लागला. 'इतकी मुलं हाताखालून गेली आणि तरीही आपण रिक्तच राहिलो? शाळेतून जेव्हा एक बॅच बाहेर पडते, सेंड ऑफ असतो– मुलं सह्या घ्यायला येतात टीचर्स रूममध्ये. आपली सही किती जणांनी घेतली? मराठी भाषा आपण शिकवतो. त्यात कितीतरी गोष्टी असतात. नामवंत लेखकांच्या कथा, कविता शिकवतो आपण सर्व– पण खरंच आपल्याला त्यातलं कितीसं समजलं? बोध काय घेतला? हे तर पालथ्या घड्यावर पाणी– असं झालं. आणि समजा, काही वाटत असेल तर... उशीर झाला. ह्या वर्षी रिटायर होऊ आपण. मग? म्हणूनच अमूने शाळा बदलली का? तेव्हा का नाही कळलं आपल्याला? तेव्हापासून आजतागायत एक अढी ठेवली मनात आपण. आपल्याच मुलीला– तिच्याबद्दल हे असं? आई असूनही? आता बदलता येईल? आणि जरी बदललो, तरी तिला समजेल? नाही– उशीर झाला. सगळं-सगळं निसटलं हातातून...'

''बाई, आता गरम-गरम जेवण हवं. श्रीखंड आणलं आहे अमूसाठी. पुऱ्या करा. आज लग्नानंतर प्रथमच आली आहे माहेरी.''

''हो, करते ना. आणि अमू, नरोत्तमला फोन कर. जेवायला इथेच यायला सांग.''

''बरं.''

''बाई, छान झालं छोटंसं गेट-टुगेदर. दोघं आनंदात होती. मेनूही झकास जमला होता. आता मस्तपैकी मघई पान खायला जाऊ या.''

''हं, एक काळजी मिटली. पोरगी आनंदात होती; तशीच राहो.''

''राहील. आपले प्रश्न, आपलं घर उत्तम सांभाळेल. चला, निघू या?''

''हो, आलेच.''

बाईंचा सूर वेगळा आहे, हे उमाकांत सप्रेंना जाणवलं. ते गालातल्या गालात हसले. मनातल्या मनात ते मोठ्यांदा म्हणाले, 'खुदा के घर देर है, अंधेर नहीं।'

"नरोत्तम, आई-बाबा असे हॉलमध्ये बसलेत आणि आपण बेडरूमचं दार आतून बंद करून घेणं चांगलं दिसत नाही."

"काळजी करू नकोस; त्यांना त्यात काहीही गैर वाटणार नाही."

"पण मला– आय डोंट फिल कंफर्टेबल."

"मग काय करायचं?"

"त्यांना झोपायला जाऊ देत. मग आपण..."

"अजून तासभर तरी ते टीव्ही बघत बसणार. अँड यू नो डार्लिंग, आय कान्ट वेट!"

"नरोत्तमऽऽ!"

"कमॉन अमोलिका, ते समजूतदार आहेत."

"सकाळी मला किती ऑड वाटेल आईसमोर जायला..."

"आई एकदम जॉली आहे. डोंट वरी. फार वेळ घालवतेस तू. रिअली, तू अशी समोर आहेस आणि फ्रेश... नो वेज– आय कान्ट..."

नरोत्तमच्या अधीरतेने अमोलिका सुखावली. त्याला नकार देताना मनात असलेला होकार तिलाही जाणवत होताच. त्याच्या अधीरतेला तिनेही अधीर होऊन साथ दिली. प्रतिसाद दिला. रात्र धुंद होत गेली.

लग्नानंतर झालेली घरातली सत्यनारायणाची पूजा, मग हनिमून, मग काही दिवस घरातच सेटल होण्यात रजा संपली आणि दोघंही आपापल्या ऑफिसात रुजू झाले. वरद फडणीस आणि वंदना फडणीसना घर एकदम रिकामं वाटू लागलं.

"इतकी लगेचच सवय होते?"

"हो, झालीय खरी. अमोलिका अगदी रुळून गेली लगेचच– जणू इथेच राहत होती खूप आधीपासून!"

"वंदना, ही देणी असतात आणि आत्ताची नाही– पार पूर्वापार... कितीतरी जन्मं!"

"असं म्हणतात सगळेच."

"खरं आहे हे. पण आपण खूप आधीच ठरवलंय– आठवतंय ना?"

"पण आत्ताच तर आलीय ती घरात. तिला आपल्या पद्धती, आपले..."

"तिचं तिला ठरवू दे. ती तिच्या पद्धती, तिचे विचार घेऊन आली आहे. ते असे सहजासहजी सुटणार नाहीत. आणि तशी काही आवश्यकताही नाही. त्यांचा संसार आहे हा, त्यांना त्यांच्या पद्धतीने चालवू देत."

"पण..."

"नरोत्तम आपला मुलगा. आपल्या पद्धतीने आपण त्याला वाढवलं. पण आज

त्याचे विचार, त्याचं कधी कधी टोचून बोलणं आपण सहन करतोच ना? जी सवलत त्याला देतो, तीच अमोलिकेलाही द्यायला हवी. आणि ही सवलत तितकीच, जितकी... म्हणजे दोघं बांधलेलेच राहतील, एवढंच आपण बघायचं."

"म्हणजे, आपण जायचं– हे नक्की?"

"हो. दूर राहून ओढा वाढतो, एकमेकांबद्दलचं प्रेम वाढतं."

"खरं आहे. मी गेले काही दिवस बघत्येय, अमोलिका आपल्यासमोर बेडरूममध्ये जायला संकोचते."

"हं!"

"त्यांना मोकळेपणा द्यायला हवा."

"आता तुला पटलं आणि जरा मोकळेपणा आपल्यालाही हवा आहेच की..."

"मान्य!"

"ठरलं तर. आपला पुण्याचा फ्लॅट ह्यापुढे भाड्याने द्यायचा नाही. दोन महिन्यांनी तो रिकामा होणारच आहे. तुला जसा हवा, तसा तो सजवून घेऊ."

"अमोलिकेलाच सांगू."

"उत्तम! पुढल्या आठ-दहा दिवसांत दोघांशी बोलू ह्या विषयावर."

"हाय..."

"हाय... सॅम... कैसा है?"

"बढिया.. सो, यू आर बॅक..."

"येस्. हाऊ इज एव्हरिथिंग?"

"गोइंग ऑन..."

"अँड मि. दास?"

"ही वॉज आस्किंग फॉर यू..."

"ओके. चलो, लेट मी चेक एव्हरिथिंग– अँड देन..."

"हाय नरोत्तम..."

"गुड मॉर्निंग कुमार, अक्षय..."

"कशी झाली ट्रिप?"

"साल्या, ट्रिप काय म्हणतोयस?"

"मग?"

"असं विचार त्याला की– कशी झाली जन्नत की सैर?"

"असं? ओके. तो, कशी झाली..."

"अरे, जन्नत तो जन्नत है– सैर अच्छी होनीही थी!"

"अमोलिका भाभी कशा आहेत?"

"ठीक. अरे, ही नवी फटाकडी कोण?"
"पूर्णा. अकाउंट्सला आलीय, अक्षयच्या हाताखाली."
"फक्त हाताखालीच ना?"
"साले... सुधरेगा नहीं तू..."
"ये तो लाईफ है यार.. तर पूर्णा.. ओके. इंट्रो?"
"देतो ना– कम..."
"हाय पूर्णा!"
"गुड मॉर्निंग सर."
"येस्, गुड मॉर्निंग. मीट मि. नरोत्तम फडणीस. ॲडमिन हेड."
"गुड मॉर्निंग सर."
"गुड मॉर्निंग पूर्णा. कसं वाटलं आमचं ऑफिस?"
"सर, आठवडाच झालाय जॉइन होऊन; इतक्यात कसं सांगणार? पण वर-वर बघता, चांगलं आहे."
"ओह, व्हेरी प्रॅक्टिकल आन्सर."
"आय ॲम सॉरी."
"डोंट बी. आय लाइक्ड इट. ओके. सी यू लेटर. अक्षय, सी यू."
"यपऽऽ"

नरोत्तम आपल्या केबिनमध्ये आला. त्याला पूर्णाचं उत्तर खरोखरच आवडलं होतं. 'हल्लीच्या मुली सॉलिड स्मार्ट आणि जास्तच प्रॅक्टिकल असतात. हे म्हणजे... मान्य करायलाच हवं. त्यांना नक्की माहीत असतं की, त्यांना आयुष्यात काय हवं आहे. ही हल्लीची पिढी अशीच आहे. हल्लीची पिढी? म्हणजे आपण आता जुने झालो की काय? ओल्ड? धत्! ऐसा कभी हो ही नहीं सकता. काय वय असेल पूर्णाचं? पहिलाच जॉब आहे का हा तिचा? बायोडेटा चेक केला पाहिजे. ओह! सो मेनी मेल्स? अर्थातच वीस-बावीस दिवसांचा स्टॉक हा. ओके, शांतपणे चेक करू. आधी पूर्णाचा पूर्ण इतिहास बघावा.'
"नरोत्तम?"
"हॅलो, ओह येस् सर. कॅन आय कम टू सी यू नाऊ?"
"वेटिंग फॉर यू."
"ओके."
'दास! साला विसरूनच गेलो. आधीच जायला हवं होतं. ओके पूर्णा, सी यू सून...'

“सर...”

“कम इन. सो, हाऊ वॉज युवर हनिमून?”

“गुड सर.”

“लेट्स स्टार्ट फॉर द वर्क नाऊ.”

“येस् सर.”

“मिस पूर्णा झवेरी, न्यू एम्प्लॉइ. शी विल वर्क अंडर यू.”

“ओके सर.”

“फ्रेश वन. यू विल हॅव टू ॲडजस्ट विथ हर.”

“आय विल.”

“ओके. नाऊ जस्ट गो थ्रू दीज फाइल्स. अँड आय कान्ट कीप दोज फाइल्स ऑन होल्ड एनी लाँगर...”

“येस् सर. थँक्यू.”

‘झाली सुरुवात. आता डोकं वर काढायला मिळणार नाही. चला, नरोत्तम– कामं करा.’

रक्षिता नरोत्तमकडे रोखून बघत होती. आठवडा होऊन गेला, नरोत्तमने ऑफिस पुन्हा जॉइन करून; पण त्याने रक्षिताला साधी कॉफीही विचारली नव्हती. रक्षिताचा विश्वासच बसत नव्हता की, नरोत्तम इतका बदलू शकतो? ‘अमोलिकेने त्याला इतकं बदलवलं? ना मेल्स, ना काही खाणाखुणा! हा तोच नरोत्तम आहे ना?’

“हाय नरोत्तम.”

“हाय रक्षिता.”

“जास्तच बिझी दिसतो आहेस.”

“हं. बघतेयस ना– आल्या दिवसापासून काही ना काही...”

“अमोलिका कशी आहे?”

“उत्तम.”

“एक विचारू?”

“हं.”

“तिला तू सांगितलंस का आपल्याबद्दल?”

“हे तू का विचारतेस?”

“सहज.”

“इतक्या सहजतेने हा प्रश्न वाटत नाहीये विचारलेला.”

“अरे, खरंच– अगदी सहज.”

"ओके. समज की, माझं उत्तर 'नाही' असं आहे, तर?"

"तर? तर काय?"

"नाही म्हणजे, मग काय विचार आहे तुझा? तिला सांगण्याचा?"

"मी कशाला सांगू? सांगायचं असतं, तर आधीच सांगितलं असतं."

"तुला तशी संधी मिळाली नसेल."

"संधी? का नाही– अनेकदा मिळाली."

"मग जर तू त्या संधीचा फायदा अथवा उपयोग करून घेतला नसशील, तर मग आता हा प्रश्न कशासाठी?"

"तू निदान तिच्याशी तरी खरा आहेस की नाहीस, हे जाणून घेण्यासाठी."

"दॅट इज नन ऑफ युवर बिझनेस."

"असं कसं? शेवटी आपण दोघं पहिले पार्टनर्स– हो ना?"

"सो?"

"मेल्सही आहेत माझ्याकडे तुझी. सेव्ह करून ठेवलीत मी."

"मग?"

"फॉरवर्ड मलाही करता येतात."

"ओह! वाव्! ग्रेट! एक काम करू या. ती सगळी मेल्स मी आत्ताच अमोलिकेला फॉरवर्ड करतो– अगदी तुझ्यासमोर."

"नरोत्तमऽऽ"

"येस् मॅडम, प्रॉब्लेम काय आहे?"

"आय कान्ट स्टे विदाऊट यू."

"इट्स टू लेट."

"नो. काय हरकत आहे, आपण पूर्वीसारखे राहिलो तर? मला तुझी बायको होऊन तुझ्या घरात तर यायचं नाहीये– मग?"

"कमॉन बेब. स्टार्ट युवर वर्क. मीही बिझी आहे."

"नरोत्तम, प्लीज..."

"रक्षिताऽऽ बेबी, गो."

"किती निग्लेक्ट करतो आहेस मला... संपूर्ण आठवडा गेला, साधं बोललाही नाहीस."

"बिझी आहे यार... प्लीज बेब, गो..."

"ओके. आता पुन्हा नाही येणार मी– नेव्हर."

"युवर विश..."

लंच टाइम झाला आणि नरोत्तम थोडासा रिलॅक्स झाला. अमोलिकेला फोन

करायचा होता. आई-बाबा परवा कायमचे पुण्याला जाणार होते. त्यांची तयारीही करून द्यायची होती.

"हॅलो, मी."

"बोला. काय चाललंय? जेवलास?"

"नाही अजून. बरं, आई-बाबांसाठी काही खरेदी करायची आहे ना?"

"हो. आज भेटू या जरा लवकर. मी साइटवरून सरळ तुझ्या ऑफिसला येते."

"अंऽऽ ऑफिसला? नको. मी तुला दादरला भेटतो."

"ओके. ठीक पाच वाजता."

"डन. ए राणी, जेवलीस का तू?"

"आत्ताच."

"कमी जेवलीस की जास्त?"

"हा काय प्रश्न?"

"तुझी ती नाजूक कंबर आहे ना, ती तेवढीच राहायला हवी हं..."

"नरोत्तमऽऽ ठेवते फोन."

"जरा काही प्रेमाने बोलायला लागलो की तू आक्रसून जातेस. कमॉन, बी ओपन... कॉम्प्लिमेंट देतोय, तर आनंदाने ॲक्सेप्ट कर ना."

"संध्याकाळी पाच वाजता दादर... बाय."

सौ. वंदना फडणीस आणि श्री. वरद फडणीस ठरल्याप्रमाणे पुण्याला राहायला गेले. अमोलिकेने पुण्याचं घर बघितलं. त्याप्रमाणे इंटिरियरही करायला घेतलं. दर पंधरा दिवसांनी तिची मुंबई-पुणे-मुंबई वारी सुरू झाली आणि दीड-दोन महिन्यांत पुण्याच्या घराचा कायापालट झाला. सौ. वंदना आणि श्री. वरद फडणीस त्या घरावर आणि ओघानेच अमोलिकेवर बेहद खूश झाले. आपली सून इतकी कल्पक, कलात्मक आहे, हे त्यांना नव्याने समजलं. येणारे-जाणारे घराचं कौतुक करू लागले आणि सौ. वंदना फडणीसांचं सुनेबद्दलचं मत पार बदलून गेलं.

"संपली तुझी धावपळ?"

"हो. घर छान लागलं. आता आई-बाबांची काळजी नाही. त्यांना अगदी आरामात राहता येईल, गैरसोय होणार नाही."

"मला खूप बरं वाटतंय अमोलिका."

"मलाही. खरं तर त्यांनी लगेचच पुण्याला जायचं ठरवलं, मला वाईट वाटत होतं. वाटायचं की, त्यांच्या जाण्याला मीच कारणीभूत आहे."

"हे तुझं काहीतरीच. माझं लग्न झालं की आपण पुण्याला जाऊन राहायचं, असं ते दोघं नेहमीच एकमेकांत बोलत असत. तेव्हा तू वाईट वाटून घेण्याचं काही कारण नाही."

"हं. पण तरीही... पण आता मी ठीक आहे. मला आनंद आहे की, मी काही करू शकले त्यांच्यासाठी."

"मग आता माझ्यासाठीही काहीतरी कर..."

"सांग ना– काय करू?"

"सांगू?"

"हो. तुला थालिपीठ करून देऊ का? की, तुझ्यासाठी बटाटेवडे करू?"

"नको. तू माझ्यासाठी... अं..."

"नरोत्तम... अरे, सकाळी-सकाळी काय?"

"ब्रेकफास्ट..."

"करते ना– सोड तर मला."

"खूप फास्टिंग झालंय!"

"नरोत्तम..."

"पडदा ओढ तो..."

"अरे..."

"------"

"अरे..."

■

१०

“अमोलिका, दावत है परसो घरपे और चार दिन बाद शादी. आना जरूर.”

“अकील, तारीख ठरली पण?”

“हो.”

“बोलला नाहीस?”

“कब बताता? तू सतत बिझी आहेस. आपण बोललोही नाही जास्त.”

“खरं आहे. आय ॲम सॉरी.”

“डोंट बी. तसं होणारच. अम्मीजानने तुला खास करून दावतला बोलावलं आहे.”

“येईन नक्की. कशी आहे ती?”

“बहोत खूश.”

“और तुम?”

“मैं भी. रझिया सच में बहोत ही समझदार, नेक है।”

“येईन मी.”

“नरोत्तमलाही घेऊन ये.”

“सांगते त्याला.”

“चलतो.”

“अकील, कॉफी घेऊ या?”

“घेऊ या.”

कँटीन शांत होतं. लंच टाइम संपून अर्धा-पाऊण तास झाला होता. एखाद दुसरा कुणी क्लायंटबरोबर, कुणी एकटा बसलेला होता. अमोलिकेने तिची नेहमीची जागा हेरली, तोपर्यंत अकील तिथे जाऊन बसलासुद्धा. हलकंसं हसत अमोलिका जागेवर गेली. तिची नजर सहज काचेतून बाहेरच्या जगाकडे वळली.

'बऱ्याच दिवसांत काचा साफ करणारा झुला दिसला नाही. काच जरा धुरकट वाटतेय. छोटी-छोटी माणसं कुठून कुठे जात असतात सतत? आणि ह्या गाड्याही– छोट्याशा– पळत राहतात. कबुतरं मात्र अगदी मोठ्ठी दिसतात. त्यांच्या मानेच्या निरनिराळ्या रंगांच्या शेड्ससकट. आज निवांत वाटतंय. बऱ्याच दिवसांनी काहीतरी वेगळं बघतेय, असं वाटतंय. हे जगही चालू आहेच की, पण त्याचं भान नव्हतं. आधी असं होत नसे. हेच जग कायम दिसत असे, स्वतःच्या जगाचं भान नव्हतं. किती बदलतं सगळं, एका कृतीने.'

"कॉफी?"

"अं?"

"तंद्री– बरोबर आहे ना शब्द?"

"-----"

"कॉफी?"

"हो. गरम-गरम."

"स्ट्राँग... भरपूर साखर."

"परफेक्ट."

"तुझ्यासमोर आहे."

"सॉरी."

"बोल, कसला विचार करत होतीस?"

"मी किती स्वतःच्या विश्वात हरवले आहे, हे आता इथून बाहेर बघताना जाणवलं. आश्चर्यही वाटतंय आणि अपराधीही."

"अपराधी? कशासाठी? आनंदाची बाब आहे ही. लग्न, नरोत्तम, त्याचे विचार, तुझ्या त्याच्याबद्दलच्या भावना... ह्या सर्व विरोधांवर तू मात केलीस. केवळ संसार सुरू केला नाहीस, तर त्यात रमलीस. तुझं जग लहान झालं. आणि खरं सांगू का? आपलं जग लहानच असतं. इन-मिन तीन माणसांचं. आधी आई-बाप-मूल. मग नवरा-बायको-मूल. एकापेक्षा जास्त मुलं असतील, तर तेवढा आकडा वाढतो जगाचा– इतकंच. सुरुवात आणि शेवट 'दोघांचं जग' अशी असते. मधला काळ सांभाळावा लागतो. अनेक जण येतात– हवे-नको असले, तरीही. आपला आकडा चुकत जातो. वाढत जातो, असंही नाही. चुकतोच. मग मधला काळ ओसरू लागतो, तेव्हा फारच सांभाळावं लागतं. सहन होत नाही. उपेक्षित वाटू लागतं; पण ते तसं नसतं. जे पांगतात, तेही त्यांचं जग पुन्हा सुरुवातीसारखं करत असतात. स्थिरस्थावर होण्यास वेळ लागतो, पण बसते घडी हळूहळू..."

"अकील?"

"मी बघितलंय हे सगळं होताना. अब्बाजान, अम्मीजानला बघितलंय. आता

बसतेय घडी पुन्हा तिची. तिच्या जगात मी, ती आणि आता रझिया आहे. तुझ्या जगातही आता तू आणि नरोत्तमचंच फक्त असणं– ही आश्चर्याची गोष्ट नसून आनंदाची आहे. अपराधीपणाची भावना असूच नये. घे, कॉफी थंड झाली बघ. दुसरी आणतो.''

''नरोत्तम, परवा अकीलकडे दावत आहे. आपल्याला बोलवलंय.''

''अकीलच्या घरी?''

''हो.''

''अमू, प्लीज रागवू नकोस– पण मला नाही जमणार यायला.''

''जमणार नाही? का?''

''अगं, म्हणजे...''

''जमणार नाही की, आवडणार नाही?''

''तू चिडलीस.''

''हो.''

''नको चिडूस. हे बघ, तू जा की. मी तुला नाही म्हणतोय का?''

''नुकतंच लग्न झालंय आपलं. एका फंक्शनला जायचंय, तर मी एकटीने गेलेलं बरं दिसेल?''

''येस्, आय नो. आय कॅन अंडरस्टँड... बट...''

''तो मुसलमान आहे, म्हणूनच ना?''

''मी एकदा... म्हणजे, माझ्या क्लासमध्ये एक मुसलमान मुलगा होता. मित्रच होता माझा. त्याने एकदा खूप आग्रह केला म्हणून ईदला मी त्याच्या घरी गेलो. आणि तुला सांगतोऽऽ त्याच्या घरातली माणसं, नातेवाईक एका मोठ्या परातीत ढीगभर अन्न म्हणजे बिर्याणी आणि काय काय... सगळे त्यातच जेवत होते. यू नो, आय वॉज लाईक... नो, आय कान्ट. प्लीजऽऽ''

''ठीक आहे. मी समजू शकते. पण अकीलकडे असं काही नसतं. मी खूप वेळा गेले आहे त्याच्याकडे. जेवलेही आहे.''

''तू जा ना– प्लीज...''

''ओके.''

कित्येक दिवसांनंतर नरोत्तमला एकांत मिळाला. त्याला रिकामं घर सुनं वाटत होतं आणि बरंही वाटत होतं. अशी संमिश्र भावना तो प्रथमच अनुभवत होता. टीव्हीवर काहीतरी चालू होतं. कंटाळवाणं. निरुद्देश. तो चॅनेल्स बदलत होता आणि अचानक एक चॅनेल समोर आलं. फॅशन शो! रंगीत, तोकडे कपडे घातलेल्या

तरुणी. चित्रविचित्र केशरचना. मोठ्ठाल्या बॅगा हातात. हाय हिल्स. कॅमेरा हाय हिल्सपासून वर सरकत-सरकत पोटऱ्यांवर, मांड्यावर, कंबरेवर, छातीवर, दोन वक्षांमधील घळीवर, उंच मानेवर आणि कोरड्या चेहऱ्यावर... कॅट वॉक!

'वॉव्! सालं, मांजरीलाही माहीत नसेल की तिच्या चालण्याला, तिच्या चालण्याच्या पद्धतीला माणसांमध्ये इतका भाव असेल! काय मॉडेल्स आहेत एक से एक! ग्रेट. कुमारला फोन केला पाहिजे. सांगायला हवं– बघ साल्या, ह्याला म्हणतात चाल... आणि फिगर. आणि... नको. तो एकटा नसेल घरात. कुठे आणि कसं बघणार मग? आत्ता रम हवी होती किंवा बिअर... बिअर हवी– चिल्ड बिअर... मागवायची का? आणि अमोलिकेला वास आला, तर काही खरं नाही. चलता है यार. तिला काय, आणि का घाबरायचं? येस् आय वॉंट चिल्ड बिअर फॉर धिस हॉट शो...'

"काय झालं होतं तुला काल नरोत्तम?"

"आय ॲम सॉरी."

"काऽय झाऽलं होऽतं?"

"प्रत्येक शब्दावर एवढा जोर का देतेस? सॉरी म्हणालो ना?"

"बस? फक्त सॉरी? संपलं? हे– हे बघतोयस? राक्षस झाला होतास– राक्षस!"

"माफ कर मला. मी खरंच चुकलो."

"मी ऑफिसला निघालेय. ब्रेड-ऑम्लेट गॅसवरच्या तव्यावर आहे. शुद्धीत आलास आणि खायचं असेल तर खा मी निघाले."

"अमू, नको जाऊस आज."

"का?"

"दिसतायत खुणा."

"मग?"

"लोक काय म्हणतील?"

"म्हणू देत काहीही. मला काम महत्त्वाचं आहे. साइटवर गेलंच पाहिजे."

"प्लीज–"

"घरात थांबून काय करू?"

"माझ्यासाठी..."

अमोलिका अस्वस्थ होती. हा अनुभव वेगळा होता. अनपेक्षित आणि धडकी भरवणारा. अकीलच्या घरून तसे लवकरच बाहेर पडलो आपण. अम्मीजान किती

सांगत होती; पण नाही थांबलो. रझियाला भेटलो. रझिया! खरंच, फारच सुरेख लावण्य! आणि किती अदब! अकील आनंदात होता. शाही खाना होता. पण मन लागत नव्हतं. नरोत्तम बरोबर आला असता, तर नक्कीच थांबलो असतो. निघालो, पण टॅक्सी मिळेना. किती वेळ गेला. नरोत्तमला फोन करत राहिलो, तर काही उत्तरच देत नव्हता. काळजी वाटू लागली. आणि घरी पोहोचलो तर...

आताही अमोलिकेच्या अंगावर काटा आला. अंग ठणकत होतं. काही ठिकाणी काळं-निळंही झालं होतं.

'हे असं कसं घडलं? हे असं पुन्हा तर घडणार नाही ना? घडेलही. खात्री नाही. माणूस पशू होतो, हे आपण ऐकलेलं आहे. टीव्हीवर सत्यकथा म्हणून चालणाऱ्या सिरियल्समध्ये बघितलं आहे. –पण अनुभव? हा असा– तोही नरोत्तमकडून? नवऱ्याकडून? की, वासनेपुढे नात्यांना काही महत्त्वच राहत नाही? केवळ देह दिसतो?'

"अमू... चहा घे."
"अं?"
"चहा."
"नकोय मला."
"मग मलाही नको."
"तुझी मर्जी."
"अमूऽऽ प्लीज."
"आज राहू दे मला एकटीला– तू जा ऑफिसला."
"नको."
"मग मी जाते."
"नको, जातो मी."

नरोत्तम नाइलाजाने घराबाहेर पडला. ऑफिसला जावंसं त्याला वाटत नव्हतं. निरुद्देश कुठेतरी भटकत राहिला. विचार पिच्छा सोडत नव्हते.

'आपण खरंच राक्षस आहोत? किती बिअर घेतली काल? खरं तर बिअर चढत नाही कधीच. मग काल काय झालं होतं? अमोलिका नाही-नाही म्हणून सतत सांगत होती आणि आपल्याला नकार नको होता. का नाही? हक्क आहे आपला. बायको कशासाठी हवी असते? पण फक्त त्याच कारणासाठी हवी असते? ...पण

ह्यासाठीही हवी असते. अमोलिकेच्या जागी रक्षिता असती, तर तिने नाही म्हटलंच नसतं. अनुभव आहे ना आपल्याला तिचा. साली, आत्ताही मागे पडली आहे. काल तिला बोलावलं असतं, तर हसत-हसत आली असती. पण, आपल्याला नको आहे ती आता. आधी किती विनवण्या केल्या तिच्या... हट्... पण आता काय करू? अमोलिका... तिला आधीच सांगितलं होतं की, आपल्याला सेक्सची सॉलिड– म्हणजे, पण... तिने समजून घ्यायला हवं होतं. अरे, एकटा होतो... शो चालू होता टीव्हीवर... एंजॉय करावंसं वाटलं– व्हॉट्स रॉंग?'

"एक चिल्ड बिअर..."

'पुन्हा? येस् उतारा हवा. डोकं शांत व्हायला हवं. रात्रीपर्यंत वेळ काढायचा आहे. रात्र झाल्याशिवाय जायचं नाही घरी. तिलाही समजायला हवं– आय ॲम नॉट गिल्टी. शी शुड अंडरस्टॅंड धिस. इट हॅपन्स! प्रत्येक कपलमध्ये असं घडत असणार...'

"वन मोअर रिपिट..."

"हाय अमोलिका, मी रक्षिता."

"बोल."

"कशी आहेस?"

"मजेत."

"भेटशील आज?"

"कशासाठी?"

"असं का बोलतेस?"

"हं..."

"सहज गं. भेटलो नाही आहोत ना. खूप महिने झाले."

"वेळ नाही मला."

"वेळ नाही, की भेटायचं नाही?"

"दोन्ही."

"अमोलिका... मला खरंच तुला काही..."

"मी बिझी आहे, ठेवते फोन."

'ह्या काचा फारच खराब झाल्या आहेत. स्वच्छ करायला हव्यात. मनही स्वच्छ करायला हवं– रक्षितासाठी आणि नरोत्तमसाठीही. रक्षिताने... जाऊ दे... ती तर परकीच होती; पण नरोत्तम तर आपला आहे. आपण का नाही त्याला मनापासून

माफ करू शकत आहोत? होतं असं क्वचित. गेले पंधरा दिवस एखाद्या चोरासारखा वावरतोय घरात. त्याचं तसं वावरणं आपल्याला आतून सुख देतंय. आपण काही विचारलं, तरच तो बोलतो. सांगू ती कामं करतो. परवा केरही काढला त्याने. त्या प्रसंगाआधीचा नरोत्तम वेगळा होता– धूळही न पुसणारा. पुरे झाली का इतकी शिक्षा त्याला? कशी वागू आज त्याच्याशी? बघू– संध्याकाळी बघू. आज घरी पण जाऊ या. खूप दिवस झाले आई-बाबांना भेटून.'

"मॅडमऽऽ"

"कोण?"

"मौलिक. मॅडमऽ"

"मौलिक, तुला किती वेळा सांगितलंय..."

"काय झालंय? घरी सगळं ठीक आहे ना?"

"होऽऽ का रे?"

"काही दिवस बघतोय– तुमचं लक्ष नाही नीट..."

"आहे की. ही काय कामं चालूच आहेत."

"ही खिडकी खूप आवडते ना तुम्हाला?"

"हो. खूप मोठी चौकट आहे ना. नजरेला अडथळा येत नाही कुठे. पण आताशा..."

"काय?"

"काही नाही. का आला होतास?"

"उद्या पुंपुटकरसर रजेवर असणार आहेत. तेव्हा तुमचं काही काम असेल त्यांच्याबरोबर, तर आज भेटलात तर होईल."

"असं? ठीक आहे. किती दिवस रजेवर असणार आहेत?"

"मला फक्त उद्याचंच माहीत आहे."

"बरं. थँक्यू मौलिक... अरे हो, अकील येईल ना उद्यापासून? बरं होईल. मला हे प्रोग्रामिंग करणं नाहीच जमत. तो कसं, अगदी झटपट करतो सगळं."

"सॉफ्टवेअर इंजिनिअर आहेत नाऽऽ"

"अरे वा मौलिक, तू आजची भाषा बोलू लागलास की!"

"भाषा कोणती पण बोला मॅडम, माणसांना जी भाषा समजून घेण्याची इच्छा असते, तीच आणि तितकीच भाषा ते समजून घेतात; बाकी सगळं सांडूनच जातं."

"म्हणजे?"

"बोललो असंच काहीतरी... जाऊ द्या."

मौलिकच्या वाक्यावर बराच वेळ अमोलिका विचार करत राहिली. दुपार सरत

आली होती. सूर्यकिरणं काचेतून सरळ रेषेत आत घुसू लागली होती. पट्ट्यांचा पडदा लावण्यासाठी अमोलिका उठली. खिडकीजवळ गेली आणि किती दचकली! अचानक एक झुला तिच्यासमोर, नजरेसमोर घरंगळला. निर्विकारपणे झुल्यावरून स्पंज लावलेला दांडा खिडकीच्या काचेच्या ह्या टोकापासून त्या टोकापर्यंत सरकू लागला. काचेतून दिसणारं धुरकट आभाळ एकेका फटकाऱ्याने पारदर्शक होत गेलं.

"अमू? तू आत्ता कशी काय?"
"बस, आले!"
"घरी सर्व ठीक आहे ना?"
"हो आई. बाबा कुठे आहेत?"
"येतीलच इतक्यात. चहा करते."
"वा! आयता चहा– घरचा! मस्त."
"नरोत्तम पण येणार आहे का?"
"नाही. त्याला माहीत नाहीये, मी इथे आल्याचं."
"सांग त्याला आधी. वाट बघत राहील."
"हो. मी माझ्या खोलीत आहे."
"बरं."

इतक्या दिवसांनी स्वत:ची खोली बघून अमोलिकेला बरं वाटलं. ती पलंगावर आडवी झाली. तिला गडाबडा लोळावंसं वाटू लागलं. नजर पंख्याकडे गेली. पंख्याच्या पात्यांना लहानपणी चिकटवलेली स्टिकर्स आत्ताही दिसत होती. 'पलंगावर स्टूल ठेवून लावलेली स्टिकर्स! गादीवर स्टूल स्थिर राहिलं नव्हतं. दोन पात्यांना स्टिकर्स लावून झाली आणि ती तोल जाऊन पडली ती सरळ जमिनीवर आणि स्टूल तिच्या अंगावर. भलं मोठं टेंगूळ आलं होतं. मग आईचा ओरडा, तिच्या म्हणी– करायला गेले एक आणि झालं भलतंच.... टेंगूळ आल्याचं वाईट वाटत नव्हतं, पण तिसरं पातं तसंच राहिलं, ह्याचं वाईट वाटत होतं. ती कसर बाबांनी भरून काढली. तिसऱ्या पात्यावर स्टिकर्स त्यांनी चिटकवले. ते बघून तेव्हा रडता-रडता आनंदाने हसत राहिलो आपण!

'आता मनाला टेंगूळ आलंय. ते मन पुन्हा रंगीत होण्यासाठी बाबांना स्टिकर्स लावायला सांगावीत का? पण त्याने काय होणार? जखम झाकली जाईल, पण तो टेंगूळ आलेला उंचवटा राहणारच.'

"अमू?"

"बाबा... या ना–"

"मला वाटलं, तुझा डोळा लागलाय."

"नाही. जागीच आहे. या."

"कसं काय चाललंय?"

"छाऽऽ न!"

"जावईबापू?"

"मस्त."

"मस्तमध्ये जोर नाहीये."

"तसं काही नाहीये बाबा. दमलेय जराशी."

"नको इतकी धावपळ करूस."

"साईटवर जावं लागतंच बाबा. शिवाय एक नवीन प्रोजेक्टही सुरू करायचं आहे. अकीलची वाट बघतेय. उद्यापासून जोरदार काम... तो जॉईन होतोय."

"रजेवर होता?"

"हो. हनिमून!"

"खरं सांग– काय झालंय?"

"बाबा, नवरा-बायको हे नातं कसं असतं?"

"समतोल."

"आणि तोल गेला तर– टेंगूळ? होय ना?"

"प्रत्येक क्षणी 'सम' असणं कठीण असतं बेटा आणि विषमता नसेल, तर 'सम'चं महत्त्व कळत नाही. विषमतेनंतर 'सम'वर येता आलं पाहिजे. मागे वळून बघताना हा सम-विषमतेचा तोल कसा सांभाळला गेला, हे पुढे-पुढे लक्षात येतं आणि आपण तोल साधला कसा, ह्याचं अप्रूप वाटतं."

"आणि तोल गेल्यामुळे जे टेंगूळ येतं, त्याचं काय?"

"दाबून धरता आलं पाहिजे. आतल्या आत रिचवलं गेलं पाहिजे. वेदना होणारच; पण कालांतराने वेदना शमते. अजून काळ गेला की वेदना आणि व्रण दोन्ही पुसट होतात आणि नंतर नष्ट होतात."

"आणि हा काळ... असा काळ जाईपर्यंत?"

"चर्चा करून, अशी वेदना पुन्हा उद्‌भवू नये, असा मध्य काढावा."

"इतकं सोपं आहे?"

"सोपं आणि कठीण असं काही नसतंच. कुठलंही वर्गीकरण न करता 'बरोबर' ह्या गणितातल्या चिन्हाप्रमाणे व्हावं. गुणाकार करत गेलीस, तर वेदना दुप्पट होईल. भागाकार करत गेलीस, तर हातात शून्य राहील. बेरीज करत गेलीस, तर एक-एक वेदना साठत राहील आणि वजाबाकीने अस्तित्व वजा होत जाईल. म्हणून

केवळ 'बरोबर' ह्या चिन्हापाशी राहा. सोपं आणि कठीण– सोडून दे.''

''बाबा, बरं वाटलं... मोकळं वाटलं.''

''हो ना? चला तर. चहा थंड होतोय.''

''बाबाऽऽ''

''हं.''

''म्हणजे जे काही, जसं काही घडतंय, होतंय– ते बरोबर; असं ना?''

'' 'बरोबर' ह्या शब्दाचा अर्थ वेगळा लावला जातो आहे. मराठी भाषेनुसार बरोबर म्हणजे योग्य. आपण इंग्रजी शब्दाचा आधार होऊ. 'इक्वल टू' असं म्हणायचंय मला. आणि इक्वल टू मधला टू हा to नसून two असा आहे...''

''बाबा, चहा आणि आता सांजाही हवा आहे चहाबरोबर...''

''चला...''

■

११

"मुलगा! अगदी नरोत्तमसारखा आहे."

"हो का? निघतोच आहोत आम्ही हॉस्पिटलला यायला."

"या, पेढे घेऊन या."

"हो- हो. पण दोघं सुखरूप आहेत ना?"

"अगदीऽऽ!"

नरोत्तम आनंदात होता. श्री. वरद फडणीस, सौ. वंदना फडणीस ह्यांना आभाळ ठेंगणं झालं होतं. बाई आणि श्री. उमाकांत सप्रे पेढ्यांचा बॉक्स घेऊन हॉस्पिटलला पोहोचले. बाळ खरंच फार सुंदर होतं. नरोत्तम-अमोलिकेकडे गोड बातमी आहे, हे समजल्यापासूनच सौ. वंदना फडणीस बाळाच्या आगमनाची वाट बघत होत्या, तशी तयारीही करत होत्या आणि मनातल्या मनात देवाची प्रार्थनाही करत होत्या की- मुलगा-मुलगी काहीही होवो, पण दिसायला नरोत्तमसारखं होवो... आणि प्रार्थना कबूल झाली!

बारसं झोकात झालं. होणारच! दोन्ही घरांतलं पहिलं नातवंड!

'अ चाइल्ड गिव्ह्ज बर्थ टू मदर... वांद्र्याहून माहिमला जाताना फ्लायओव्हरजवळ एक जाळीदार पुतळा आहे. आई आणि तिच्या पायांवर खेळणारं मूल. तिथे हे वाक्य लिहिलेलं आहे. अशी अनेक वाक्यं वाचनात येतात; पण त्या वाक्यांना समर्पक अशी खूण मिळाली की, त्या खुणेमुळे ती वाक्यं कायमची लक्षात राहतात. त्या इवल्याशा जीवाने मला नवा जन्म दिला. मला नव्हतं माहीत की, आई होणं इतकं सुखावह असतं. बाळाला बघितलं आणि आपण सर्व काही विसरून गेलो. नरोत्तमचे आणि आपले वाद, त्याचं ड्रिंक्स घेणं, तसंच एखाद्या नाटकाला नेणं, हॉटेलात नेणं, तशाही अवस्थेत सेक्सची मागणी करणं आणि नकार दिला तर... पण मग

अपराधी होणं... गजरा, साडी, परफ्यूम आणणं... सर्व काही हरवलं-लोपलं. स्वच्छ झालं बाळाच्या एका हसण्याने. जीवन फार सुंदर आहे– फार सुंदर...'

आनंद भराभरा वाढत होता. हल्लीची पिढी फास्ट आहे, असं सगळेच म्हणतात. आणि ते खरंही आहे. जग जवळ आलं आहे– एका बोटावर आलं आहे. 'क्लिक' करायचं फक्त आणि सगळी दालनं उघडत जातात. त्यातून मग फेरफटका मारता येतो. फायदे आहेत, तसेच तोटेही आहेत. पण फायद्या-तोट्याकडे फारसं कुणाचं लक्ष आहे, असं दिसत नाही. 'आज' जगणं, हे मूळ उद्दिष्ट– असं झालं आहे आणि अशा ह्या गतिमान जगात आनंद लहानाचा मोठा होत आहे.

"आई, सांभाळ तुझ्या गुलामाला..."

"अगं, हळू..."

"काय हळू? सकाळपासून नुसता हट्ट धरून बसलाय. आजीकडे जायचंऽऽ! ना दूध घेतलंय, ना काही खाल्लंय. मला ऑफिसला उशीर होतोय. पुढल्या महिन्यात 'संजीवनी हेल्थ केअर अँड रिसर्च सेंटर'चं उद्घाटन आहे, अनेक कामं आहेत... आणि हा..."

"ठीक आहे. तू जा. गाडी आहे ना?"

"नरोत्तम घेऊन गेलाय."

"थांबला नाही तुझ्यासाठी? त्याचं तर ऑफिसही आता तुझ्या ऑफिसजवळ आहे. तुझी एवढी धावपळ होतेय, तर तुला निदान ऑफिसपर्यंत न्यायचं ना गाडीने..."

"आई, हे सगळं बोलत बसायला आता मला वेळ नाही. हे आनंदचे कपडे, ही औषधं. काल सर्दी झाली होती खूप त्याला. रात्रभर झोप नाही, श्वास घेता येतं नव्हता. रात्र जागून काढलीय मी त्याच्याबरोबर. दिवसातून दर दोन तासांनी चार गोळ्या दे त्याला."

"खातो का नीट? काय रे?"

"खातो."

"शाब्बास!"

"साबुदाणा आहे तो त्याचा. हो ना? चल राजा, मी निघते आता. आजीला त्रास द्यायचा नाही. आजोबांकडे हट्ट करायचा नाही."

"तू जा गं– आम्ही बघतो."

"बाय."

“अकील, आय ॲम सॉरी. आय ॲम लेट.”

“इट्स ओके.”

“आनंदला बरं नाहीये. नरोत्तमला रजा मिळत नाहीये. आईकडे आनंदला सोडून आले, म्हणून उशीर झाला.”

“मी तुझ्याकडे एक्सप्लनेशन मागितलंय का?”

“नाही. पण कुणाला तरी सांगावंसं वाटतं ना, की कसा नाइलाज...”

“तू आधी अशी नव्हतीस– कारणं सांगत राहणारी.”

“नव्हते. पण बदल होतोय माझ्यात. असह्य होतं सगळं. तेव्हा मी माझी होते; आता मी आनंदची आई आणि नरोत्तमची बायको इतकीच उरले आहे. मी माझी होते, तेव्हा कुणाला एक्सप्लनेशन देण्याची आवश्यकता वाटलीच नाही. तशी परिस्थिती कधी निर्माण होऊ दिलीच नाही. पण आता मात्र... थकल्यासारखं झालंय.”

“बस, शांत बस. मोकळेपणाने बोल. बरं वाटेल तुला.”

“काय बोलू? कधी कधी मला माझाच राग येतो. हेवा वाटतो रझियाचा. मी ती जागा घेऊ शकत होते, तूच देऊ करत होतास आणि मी नाकारली ती जागा– का असं केलं मी?”

“अमोलिका?”

“तू रझियाची काळजी घेतोस. ती गर्भार आहे, तर तू तिचे लाड करतोस. तिच्या सोबत डॉक्टरांकडे जातोस... हे असं काहीही मला अनुभवायला मिळालं नाही. नाही, मी माझी कणव करत नाही. पण तशी भावना– प्रेमाची, आपलेपणाची– दिसावी, ही अपेक्षा चूक आहे का? कडक डोहाळे लागले होते. किती उलट्या व्हायच्या... मदतीला कोणीही नाही. सारखं माहेरी जाणं योग्य का? पुण्याहून आई-बाबांनी तरी यायला हवं होतं? नाही आले. आणि माझ्या तशाही अवस्थेत नरोत्तमची...”

“काही खाल्लं आहेस?”

“नाही.”

“चल, आधी खाऊन घेऊ या. मलाही भूक लागली आहेच.”

“बरं वाटलं?”

“हं.”

“ओके. आता नवा प्लॅन करायचा आहे. थिएटर प्लस शॉपिंग मॉल.”

“हो. मला ना एक कल्पना सुचलीय. पुंपुटकरसरांशी डिस्कस करायचंच आहे, पण त्याआधी आपण बोलू.”

“गो अहेड.”

अमोलिका उत्साही झाली. तिने भराभरा स्केचेस काढायला सुरुवात केली. ती अखंड बोलत होती. एरिया, स्क्वेअर फूट, बिल्टअप एरिया, गॅलरी, शॉप्स, मेन एंट्रन्स, पार्किंग झोन, फूड स्टॉल्स...! अकील थक्क झाला. काही तासांआधी खचलेली अमोलिका– ती हीच का, असा त्याला प्रश्न पडला.

"कसा वाटतोय प्लॅन?"

"लाजवाब! लेकिन कुछ कहना चाहता हूँ।"

"कहो."

"स्टेअर केस आणि लिफ्ट्स दोहोंत अंतर जास्त आहे. मेंटेनन्स रूम्स एका साईडला आहेत, त्या थोड्या हलवून स्टेअरकेसजवळ असायला हव्यात. सॉरी, आणायला हव्यात. तूच बघ ना– क्लीनिंग रूम्स लांब असतील, तर मेंटेनन्सवाल्यांना किती अंतर चालावं लागेल आणि तेही पीक अवर्समध्ये."

"राईट. मान्य. पण मग..."

"नॉट टू वरी. प्लॅनला धक्का न लावता ते करता येण्यासारखं आहे."

"कसं?"

"स्केचेस दे मला. गिव्ह मी सम टाइम. आय विल कॉल यू."

"ओके. आणि हो अकील, पुढल्या आठवड्यात 'संजीवनी'चं ओपनिंग आहे."

"मी एक इन्व्हिटेशन क्रिएट केलं आहे."

"क्रिएट?"

"हो. नॉर्मली, जशी इन्व्हिटेशन्स असतात, तसं हे नाही आहे. इट्स डिफरंट."

"म्हणजे?"

"इट्स लाइक अ फॉर्म. जीवन-मरणाचा फॉर्म. त्यात नाव, पत्ता, नंबर, आजार, प्री-कॉशन्स, ब्लड ग्रुप– अशी माहिती प्रत्येकाने भरायची. इनॉग्युरेशनच्या दिवशी जितकी माणसं येतील, त्या प्रत्येकाला हे इंडिव्हिज्युल इन्व्हिटेशन मिळेल. ते त्याने फिल-अप् करून हॉस्पिटलमध्ये एक मोठा बॉक्स ठेवला जाईल, त्यात टाकायचं. हॉस्पिटलला त्या सर्व माणसांची सर्व माहिती समजेल आणि ते प्रत्येकाचं रेकॉर्ड तयार करून ठेवतील. इमर्जन्सीमध्ये सर्वांचे ब्लड ग्रुप्स माहीत असल्याकारणाने, त्या-त्या व्यक्तीला ब्लडसाठी विनंती करता येईल. कुणी अचानक आजारी– म्हणजे हार्ट अ‍ॅटॅक वगैरे– तर त्या माणसाच्या रिलेटिव्ह्जची इन्फर्मेशन लगेचच मिळेल. असं अनेक..."

"ग्रेट!"

"हे फॉर्म्स हॉस्पिटलमध्ये कायम उपलब्ध असतील. प्रत्येक जण तो भरू शकतो आणि त्यामुळे प्रत्येकालाच कधीही, कशीही मदत होऊ शकते."

“यू आर जिनिअस.”

“शुक्रियाऽऽ”

“मला बघायचाय तो फॉर्म...”

“कम...”

“ग्रेट!”

“आवडली कल्पना?”

“अर्थात. सरांना दाखवलास का? आणि डॉ. पै?”

“आज मीटिंग आहे ना, तेव्हा बोलू.”

“ओके. मी पुंपुटकरांकडे जाते आता आणि मॉलचं रफ डिझाइन दाखवते. विथ युवर सजेशन्स!”

“डन्! तसंही, आपणच दोघं असू ह्या प्रोजेक्टसाठी, असं मला वाटतंय.”

“तसंच असेल. उसवेकर तसे सीनिअर आहेत, पण त्यांच्या आयडियाज आता जुन्या वाटतात आणि ते त्या नव्यांना ॲक्सेप्ट करत नाहीत.”

“म्हणजे?”

“अरे– म्हणजे, आपण काही वेगळं सुचवलं, तर त्यांना पटत नाही. आत्ताच्या काळात ओल्ड इज नॉट ऑलवेज गोल्ड!”

“येस्...”

“सो, आपणच काम करू एकत्र...”

“किती आनंद होतोय तुला...”

“हो ना! चॅलेंज आहे हा मॉल म्हणजे. माझं सेकंड बिग प्रोजेक्ट. हॉस्पिटलसाठी खूप वेगळा विचार स्टडी करायला लागला. मजा होती आणि आता अगदीच वेगळा स्टडी करावा लागणार, त्यातही मजा. वेदनांच्या जगात हास्य फुलवायचं होतं, प्रसन्नता आणायची होती हॉस्पिटलच्या प्लॅनमध्ये. आणि मॉल म्हणजे– सर्वसामान्यांपासून ते अगदी धनाढ्य असणाऱ्यांना– प्रत्येकाला तो मॉल आपल्याचसाठी आहे, हे असं जग निर्माण करायचं. प्रसन्न मनांना अजून प्रसन्न करण्यासाठी, रुसलेल्यांना मनवण्यासाठी, उन्हाळ्यात घामाने चिकचिकणाऱ्या देहांना थंडगार हवा मिळण्यासाठी.”

“खरं आहे.”

“चल, मी निघते. आता वेळ नाहीये. कामच काम करायचं आहे. मला तुझी मदत लागेलच. कम्प्युटरवर माहिती काढण्यासाठी...”

“येस् मॅम...”

“ओके.”

"हाय नरोत्तम!"
"हाय!"
"आर यू नॉट वेल?"
"आय ॲम फाइन. मस्त."
"ओके."
"बोअर झालोय."
"वाटलंच मला. समथिंग इज रॉंग."
"हां यार! लाइफ बहोत डल हो गया है।"
"भाभी कहाँ है?"
"ऑफिस– घर– आनंद..."
"बिझी?"
"हं."
"पान खाऊ, चल."

'सगळं मोनोटोनस झालंय. घर, संसार, नोकरी, सिनेमे, नाटकं, कम्प्युटर, ती मेल्स. अगदी सगळंच. अमोलिका मात्र आनंदात आहे. परफेक्ट फॅमिली. तिची क्रिएटिव्हिटी दाखवणारा तिचा जॉब. आनंद, मी, घर... सगळंच छान आहे तिच्यासाठी. मग आपल्याला का नाही आनंद वाटत कशात? लोकांचं बरं आहे. सोमवार उजाडला– शंकराचं दर्शन घ्या, मंगळवारी गणपतीपुढे दंडवत घाला, गुरुवारी दत्ताला भेटा, शुक्रवारी लक्ष्मीमातेसाठी वेणी-नारळ घ्या. शनिवारी मारुतीला तेल, तीळ वाहा. तो एक बुधवार आणि एक रविवार– हेच दोघं सुटलेत. नाही, बुधवारी चर्चला जाणारे आहेतच. मेणबत्त्या पेटवतात, 'क्रॉस' नमस्कार करतात– पण पुढे काय? काहीही नाही आणि आपण काय करतो?'

"पान घे ना. काय विचार करतो आहेस एवढा?"
"काही नाही रे. कधी कधी काय होतं की, सगळं व्यवस्थित असतं आणि तरीही काहीतरी बिनसतं."
"होतं असं सगळ्यांनाच. मलाही होतं."
"मग तू काय करतोस?"
"पुस्तकं वाचतो."
"त्यात इंटरेस्ट नसेल, तर?"
"ज्यात इंटरेस्ट आहे, असं काही करावं."
"कमाल आहे तुझी! सगळं मोनोटोनस वाटतंय आणि तू..."

“कमॉन नरोत्तम, तू असा अरसिक कधीपासून झालास?”

“काही कळत नाही यार.”

“एक काम कर– जोरात ओरड– अगदी पोटापासून. मग बरं वाटेल तुला.”

“नको.”

“मग सिनेमा, नाटक...”

“त्यात काही वेगळं नसतं. फिरून सगळे जण एकच सांगतात, दाखवतात– प्रेम.”

“तुला प्रेमाचा उबग आलाय?”

“नाही रे. ते जसं दाखवतात, तसं प्रत्यक्ष घडत नाही, ह्याचा उबग आलाय.”

“म्हणजे?”

“आनंद झाल्यापासून अमोलिका अगदी अरसिक झाली आहे यार.”

“सेम स्टोरी. असं होतंच. माझाही तसाच अनुभव आहे.”

“म्हणजे तुझी बायकोही?”

“हां, यार.”

“पण आधी ती तशी नव्हती. म्हणजे, लाजत-लाजत का होईना... पण त्या लाजण्यात एक नजाकत होती. ते लाजणं अजूनच मोहात पाडायचं. नकारातला होकार फार छान होता. खूप मस्त होते ते दिवस. पण आता?”

“धिस इज लाईफ!”

“त्यापेक्षा मूल व्हायलाच नको होतं.”

“कमॉन– हे काय? अरे, पोर होणं म्हणजे आपलं पौरुषत्व सिद्ध होणं!”

“पण मग–?”

“टाइम इज द आन्सर... चल.”

“चल, म्हणून इथे घेऊन आलास; आता पुन्हा ‘चल’ म्हणून वर जायचं. काय सालं लाइफ आहे...”

“रक्षिताशी बोलायला लाग...”

“व्हॉट?”

“येस्.”

“तू जा वर, मी येतो थोड्या वेळाने.”

पान चघळता-चघळता नरोत्तम पानवाल्याकडे बघत होता– अगदी सहज. हा पानवाला तो अगदी पहिल्या दिवसापासून बघतोय, ह्या ऑफिसात आल्यापासून. मुच्छडवाला पानवाला. लाकडी, चकाचक पॉलिश केलेला पेटारा. त्यावर एक गादी. पांढरी शुभ्र चादर. समोर एक स्टँड. त्यावर गोलाकार पितळी मोठ्ठालं

ताट. त्या ताटाची कड नक्षीदार. ह्या ताटावर पितळी चकचकीत डबे. जलतरंग वाजवण्यासाठी जशी गोलकार भांडी ठेवतात, तसे हे डबे गोलाकार. हवा तो डबा पुढ्यात यावा– त्याप्रमाणे ताट फिरवलं जातं. ह्या दांड्याला वरती गोलाकार मोठी छत्री. सकाळी एकदा बैठक घातली की घातली. पहिलं पान देवाला अर्पण. दुसरं पान स्वतःच्या मुखात. तिसरं पान पहिल्या गिऱ्हाइकाला मुफ्तमध्ये द्यायचं. मग पान, चुना, कात आणि त्याची बोटं... पांढरा शुभ्र लेंगा आणि झब्बा. पानाचा एकही शिंतोडा त्यावर नाही. बोटं मात्र कायमची मेंदी लावल्यासारखी. स्वतःच्या मिश्यांचा रास्त अभिमान. कुणाशीही संवाद नाही. कधीतरी त्याचा एखादा शब्द ऐकू येईल, अशी अपेक्षा ठेवणं चूक. तो मुका नाही. पण आपण बरं, आपलं काम बरं.

'त्याला कधी कसा कंटाळा येत नाही? मोनोटोनसच जॉब आहे ह्याचा. तरीही हा शांत. माणसं इतकी शांत कशी काय राहू शकतात?

'अमोलिकाही शांत असते हल्ली. काल रात्रीपासून धरलेला अबोला आजही चालूच आहे. एक साधीशी मेल तिला पाठवली, तर बाईसाहेब भडकल्या. आता ही अशी मेल्स मी तयार करतो काय? आणि त्यात कल्पकताही होती. सालं, काय मेल होतं... झालं. घरी गेलो तर...'

"नरोत्तम, मी तुला अनेकदा सांगितलं आहे, मला अशी मेल्स पाठवू नकोस. पण तू..."

"काय वाईट होतं त्याच्यात?"

"तुला माहीत आहे."

"आता प्रेमाने काही करायला जावं, तर तू चिडतेस. आधी तुला तसं सगळं चालत होतं."

"आधीची गोष्ट वेगळी होती; आता जबाबदारी वाढली आहे– घरातही, ऑफिसातही. मी एकटी काय काय करू? तू कर मला मदत, म्हणजे मलाही जरा वेळ मिळेल."

"काय मदत करू?"

"का? तुला दिसत नाही माझी धावपळ?"

"पण ती सगळी तुझी कामं."

"असं काहीही नसतं. आनंदला क्रशमध्ये पोहोचवणं-आणणं, हे तू करू शकतोस. मी आनंदची तयारी करते, तर तू निदान चहा करू शकतोस. रात्रीचं जेवण झाल्यावर अन्न फ्रिजमध्ये ठेवू शकतोस. निदान बेड लावू शकतोस. आनंदला आता प्ले ग्रुपला घालायला हवं. त्याची चौकशी करू शकतोस. केलीस?"

"मी असली कामं कधी केली नाहीत."

"हो, एकुलता एक लाडाचा मुलगा! आई-बाबांना बोलाव इथे काही दिवस."

"ते येणार नाहीत."

"का?"

"सेटल झालेत ते तिथे. काय काय लावून घेतलंय त्यांनी मागे. आई गरीब विद्यार्थ्यांचे क्लासेस घेते. बाबा हॉस्पिटलमध्ये जातात, आजाऱ्यांची करमणूक करतात, गप्पा मारतात, गोष्टी वाचून दाखवतात. संध्याकाळी दोघं क्लबमध्ये जातात..."

"खरं आहे. ते त्यांचं आयुष्य जगत आहेत. नातवाची ओढ नाही वाटत?"

"नाही कशी? काही ना काही पाठवत असतात आनंदसाठी."

"बरं, सगळं मान्य. मग हे असंच चालणार."

"कित्येक दिवसांत आपण दोघंच कुठे गेलो नाही आहोत."

"मान्य. मलाही वाटतं जावंसं. पण... राहू दे."

"तू इतकी ड्राय कशी राहू शकतेस?"

"मी अशीच आहे."

"तू तशी राहू नयेस, म्हणून तुला मेल पाठवली. निदान ते बघून तरी काही..."

"इनफ्."

"म्हणजे?"

"पुरे."

"नाही, आज पुरे नाही. आज तुझं ऐकणार नाही. आनंद झोपलाय... आज..."

"मी दमले खूप..."

"खरंच, त्राण नाहीये. आज नाहीच ऐकणार तुझं..."

"नरोत्तमऽ"

"नो वेज्..."

'अमोलिका नंतर झोपली की जागीच होती? आपण मस्त झोपलो– अगदी ढाराढूर.'

■

१२

"बाबा, मी आज खूप-खूप आनंदात आहे."

"मीसुद्धा अमू. फार छान झाला सगळा सोहळा. तुझं आणि अकीलचं किती कौतुक झालं!"

"बाबा, माझं पहिलं प्रोजेक्ट."

"फार सुंदर! अगदी हॉस्पिटलच्या गेटपासून ते अगदी प्रत्येक गोष्ट– किती बारकाईने केलं आहेस सर्व प्लॅनिंग!"

"अकीलही मुख्य आहे त्यात, माझ्याइतकाच."

"फॉर्म भरला आहे मी. सुरेख कल्पना."

"ती मात्र संपूर्णपणे अकीलची आहे."

"छान! एक सांग– नरोत्तम का नाही आला?"

"मीटिंग होती त्याची."

"तरीही..."

"नसेल त्याला शक्य. म्हणजे, शक्य नव्हतं त्याला."

"सर्व ठीक आहे ना?"

"हो बाबा."

"आनंद?"

"तो हल्ली मजेत असतो. मी सांगितलं होतं ना तुम्हाला– आपल्या शेजारी एक नवीन कुटुंब आलं आहे राहायला."

"हो, शेलार नावाचं."

"त्यांच्याबरोबर स्वारीची दोस्ती झाली आहे. शेलारवहिनी छान आहेत."

"मि. शेलार आले का परत?"

"नाही. त्यांची बदली झाली आहे ना, ते आता नाही येऊ शकत इतक्यात. आणि रावी अगदी गोड मुलगी आहे. रावी आणि आनंद– दोघं अगदी मजेत

असतात. बाबा, शेलारवहिनी मला सांगत होत्या की, आनंदला क्रशमध्ये पाठवू नकोस म्हणून. त्या सांभाळतील.''

''बघ– तुला पटेल तसं कर.''

''काय चाललंय बोलणं?''

''आई, आनंदला शेलारवहिनींकडे ठेवावं का?''

''अति तिथे माती. चार हात दूर राहिलं की, संबंध चांगले राहतात.''

''हो, पण रावीला सोबत होते आनंदची. दोघं छान खेळतात.''

''बघ. संबंध बिघडता कामा नयेत.''

''हो. चला, निघते आता. सरळ घरीच जाते. बऱ्याच दिवसांनी मोकळी मिळालीय ही संध्याकाळ.''

'आज नरोत्तमच्या सगळ्या तक्रारी दूर करायच्या. मस्त जेवण करू या. भरपूर फुलं नेऊ. फ्लॉवरपॉट सजवू या. आनंदला लवकर झोपवायचं. आभाळही छान भरून आलंय. एक टाचणी टोचावी, म्हणजे कोसळायला लागेल फुटून. मस्त भिजायचं. नरोत्तमने आणलेला तो गाऊन घालायचा... हे काय? अगदी उधाण आल्यासारखं झालंय आज? मन शांत, प्रसन्न असलं की.. नरोत्तम, आज लवकर ये घरी. मी तुझी वाट बघतेय– अगदी अधीरतेने!'

'आज धमाल वाटतेय. जिरली तिची! नकार मिळाला की कसं होतं, काय वाटतं– किती जळतं आतल्या आत, हे कळलं असेल अमोलिकेला काल. मस्त वाटतंय. आपणही नकार देऊ शकतो. वाव्! खरं तर काल अमोलिका फाकडू दिसत होती. काय थाट होता सगळा. फुलं काय– आणि टेबल तर असं सजवलं होतं की, फाइव्ह स्टार हॉटेलच्या टेबलाने त्यापुढे झक् मारावी. कुठलं परफ्यूम लावलं होतं? साला, आत्ताही तो गंध चाळवतोय. पण, नाही– भीक घातलीच नाही. थंड! जवळ येऊ लागली, तर झिडकारलंच. काय चेहरा झाला होता... वा वा! येस् नरोत्तम, अॅज युज्वल, यू आर उत्तम! आणि कमाल केली ती म्हणजे, आनंदला इतक्या लवकर झोपवलं? आधी किती वेळा तिला सांगितलं होतं की, आधी त्याला झोपवत जा; तेव्हा कधी ऐकलं नाही. भाजीच निवडते, पोळ्याच करत राहतेय. मग– काल? काल कसा काय झोपला तो? म्हणजे, ती तसं करू शकते. तिला करायचं नसतं. तिला इच्छा असेल, तरच. नाही तर मग जाऊ दे नवरा... हट्! जिंकलो आपण!'

''हॅलो, रक्षिता...''

"तू कसा काय फोन केलास?"

"सहज."

"तसं वाटत नाही. बोल, काय काम आहे?"

"काम? काहीच नाही."

"भेटायचंय?"

"ओके."

"कुठे? कधी?"

"आत्ता?"

"हं."

"ये समोरच्या हॉटेलमध्ये."

"ओके."

'कमाल आहे ह्या पोरीची! ये म्हणालो, तर लगेच येते म्हणाली. आपल्याला तर फक्त आपली जीत सेलिब्रेट करायची आहे. रक्षिताचं काय? ती कसं काय मान्य करते? नरोत्तम, अभी भी आप कमाल के हो...'

"हाय."

"बस."

"माझी आठवण कशी काय आली आज? बायको माहेरी गेलीय वाटतं?"

"नाही, घरीच आहे."

"मग?"

"का, ती असतानाही तुझ्याशी गप्पा मारू शकत नाही का मी?"

"काहीतरी गडबड आहे, आणि तेच जाणून घेण्यासाठी आले. सांग–"

"जस्ट वाँटेड टू हॅव अ कंपनी. दॅट्स इट. बोल, काय घेणार?"

"दुपारी मी ड्रिंक्स घेत नाही."

"ओके. मी घेणार आहे. कंपनी हवी आहे."

"ऑफिस आहे. तेव्हा..."

"लंचनंतर सुट्टी घे."

"का?"

"कमॉन! आधी असे प्रश्न कधी विचारत नव्हतीस."

"तूही असा कधी आधी वागला नव्हतास. तेव्हा तुला मी हवी होते; पण लग्न केलंस आणि बदललास. मी तशीच आहे– आजही."

"तूही लग्न कर आता."

"लग्न? शक्य नाही."

"का?"

"मला 'लग्न' ह्या नावाचा, शब्दाचा तिटकारा आहे– अगदी लहानपणापासून. मी कधी बोलले नाही कुणाशीच, पण सांगते तुला आज. तू खरोखरच माझ्यावर प्रेम करत होतास. मला माहीत होतं की, तुला मी खूप हवी आहे. पण... माझं लहानपण, माझे आई-वडील, घरातलं वातावरण... फार भयानक होतं. आई-वडिलांचा संसार म्हणजे... भांडणं, मारहाण, संशय. झोपडपट्टीतली भांडणं परवडली! ती माणसं असतातच तशी. गरिबी, कष्ट, विरंगुळा म्हणून सेक्स. पण आम्ही उच्चभ्रू, शिक्षित, समंजस. तरीही फरक नाही. मोठ्या सोसायटीत राहणारे, पण वागणारे मात्र झोपडपट्टीतल्यासारखे. शेवटी एकदाची आई वारली, तेव्हा सुटली. मग बापही गेला. पण तरीही आजही त्या घरात त्या दोघांच्या भांडणांचे प्रतिध्वनी उमटत राहतात. मी वेड्यासारखी घरभर फिरत राहते. ती एक अॅड आहे बघ– घरात कुबट वास येत असतो, म्हणून ती बाई घरात सुगंधी फवारा मारते. मलाही तसा एक फवारा हवा आहे. तो मारला की, ते भांडणाचे शब्द कायमचे गायब होतील. मला माझ्या आयुष्यातून ते सगळे प्रसंग कायमचे पुसून टाकायचे आहेत. नाही पुसले जात. तुला खोटं वाटेल, पण बाबा गेल्यावर मी त्यांची एकही वस्तू घरात ठेवली नाही; आईचीही नाही. साधा फोटोसुद्धा नाही. मी माझ्या पद्धतीने संपूर्ण घर रिनोव्हेट केलं. त्या दोघांना जे-जे आवडायचं, ते-ते मला आवडत नाही. मी माझं वेगळं जग तयार केलं. शरीराची भूक भागवण्यासाठी लग्न करणं मला मंजूर नाही. तू भेटलास, जीव लावू लागलास. तोडलं तुला. मग वाटलं– शरीर तर मागतच राहणार; मग निदान जो माझ्यावर जीव लावतोय, त्यालाच देऊन टाकावं आणि घ्यावं. बंधन नको, पण संबंध ठेवावेत. मी खूश आहे माझी, कारण माझ्या काही अपेक्षाच नाहीत. म्हणूनच तू आज अनेक दिवसांनी आपणहून बोलावलंस; आले. त्यात मला अयोग्य, मानापमान वगैरे काहीही वाटलं नाही. मागे तू मला नाकारलंही होतंस, तरीही."

"रक्षिता, हे आधी का नाही बोललीस कधी?"

"काय उपयोग झाला असता?"

"झाला असता. एखाद्या नवरा-बायकोचं पटत नाही, ह्याचा अर्थ असा नाही की सगळेच तसे असतात. तुझ्या ह्या गैरसमजुतीवर काही उपाय करता आला असता. मी तुला पटवून दिलं असतं की, केवळ तेच सत्य नाही; लग्नाची एक चांगली बाजूही आहे."

"खरंच?"

"हो."

"मग तुझं काय चाललंय? अमोलिका चांगली बायको नाही?"

"आहे."

"तरीही तू असा? माझ्याबरोबर?"

"माझी कारणं वेगळी आहेत."

"सांग."

"आत्ता नको– आज नको; पुन्हा केव्हातरी. आज मला रिलॅक्स व्हायचंय. येतेस?"

"नको. पुन्हा केव्हातरी.'

"का?"

"मनाला पटत नाही."

"आत्ता तर काही वेगळं बोलत होतीस..."

"मैत्री आहेच की– राहील. पण फक्त मैत्री; त्यापुढे नाही."

"का? कुणी भेटलाय वाटतं?"

"असेलही, नसेलही; त्याचा इथे संबंध नाही. आपल्या दोघांबद्दल बोलतोय आपण, तर तितकंच बोलू."

"ठीक आहे."

"रागावलास?"

"इट्स ओके. हे पैसे– टिपसकट. तुझं झालं की, पे कर."

"नरोत्तमऽऽ"

"बाय."

'पुरुषी अहंकार! बाईकडून नकार ऐकणं म्हणजे, त्या अहंकाराला डंख लागणं. आपण केलं ते योग्यच केलं. अमोलिकेसाठी नाही, तर स्वत:साठी. मागे एकदा आपल्याला गरज होती. पार खचून गेलो होतो. नरोत्तम आता आपला राहिला नाही, ह्याचं शल्य वाटत होतं. निदान एकदा तरी त्याने जवळ घ्यावं. लग्न झालं असलं, म्हणून काय झालं? लग्नाआधी, पाच-सहा दिवसच– लग्नाअगोदर भेटला होताच ना; मग नंतर का नाही? एकदाच? इतकी सवय झाली होती नरोत्तमची. वेडंपिसं व्हायला झालं होतं, पण तेव्हा तो नाही समजू शकला. आणि आता इतक्या वर्षांनंतर आपली आठवण व्हावी? सॉरी. आपल्याला आता तसं काहीही वाटत नाही त्याच्याबद्दल. गुड! सुटले. हिशेब चुकता झाला.'

रक्षिताचं असं वागणं नरोत्तमला धक्का देणारं होतं. त्याचा आनंद हरवला. अहंकार फुत्कारू लागला. कामात लक्ष लागेना. महत्त्वाची मीटिंग होती दुपारची,

तीही तो विसरला. सैरभैर झाला. पीसीसमोर नुसता बसून राहिला. श्री. दासांनी त्याला निरोप पाठवला होता– अर्जंट भेटण्यासाठी. नाइलाजाने तो श्री. दासांच्या केबिनमध्ये गेला.

"नरोत्तम, व्हॉट्स राँग विथ यू? यू हॅव नॉट अटेंडेड सच अ इम्पॉर्टंट मीटिंग? इव्हन, युवर सेल फोन वॉज स्विच्ड ऑफ?"

"आय ॲम सॉरी सर."

"यू हॅव ड्रंक्ड?"

"सॉरी."

"जस्ट गेट आऊटऽऽ"

"सर..."

"नो वेज– जस्ट गो अवेऽ"

"प्लीज... सर."

"व्हॉट प्लीज?"

"आय ॲम सॉरी."

"कुमारऽऽ कम इन..."

"कुमार, कम इन. फ्रॉम टुडे इटसेल्फ यू टेक अ चार्ज फ्रॉम मि. नरोत्तम फडणीस. यू विल टेक केअर ऑफ..."

"सर...?"

"कुमार, डू ॲज आय सेड. इफ मि. फडणीस वॉंट्स टू कंटिन्यू हिज जॉब हियर, ही विल बी वर्किंग अंडर यू. इज दॅट क्लीअर?"

"येस् सर."

"मि. फडणीस, हॅंड ओव्हर द चार्ज ॲंड इव्हन कार कीज् टू मि. कुमार."

"ओके सर."

"यू मे गो. कुमार, यू विल गेट द लेटर विदिन फ्यू मिनिट्स. साईन ॲंड हॅंड इट ओव्हर टू मी."

"ओके सर."

"कॉंग्रॅच्युलेशन्स!"

"थॅंक्यू सर."

'कुमार? त्याची लायकी तरी आहे का? आणि हा दास विसरला मागचं? फॉरिन डेलिगेशन होतं, तेव्हा आपणच वाचवलं त्याला. आपली वटच आहे तशी.

हॉटेल्स, कार्स, एअर टिकिट्स... सगळं कसं सुपर-डुपर! म्हणून तर प्रमोशन झालं ह्याचं. साली, एक चूक– चूक म्हणजे... एक मीटिंग नाही अटेंड केली, तर इतकं? लाथ मारतो अशा जॉबला. पण... पण अमोलिकेला काय सांगणार? का सोडतोय नोकरी? रक्षिता म्हणाली, तेच बरोबर होतं. लग्न होताच नये– म्हणजे करायला नको होतं. जबाबदारी घ्यायलाच नको होती. आणि जे घडतंय ते अमोलिकेमुळेच. शिट्....!'

गाडीच्या चाव्या कुमारला देताना नरोत्तमचा हात थरथरला. आता ऑफिसात बसण्यात काही स्वारस्य नाही, असं वाटून तो बाहेर पडला. कुमारने त्याला थांबवायचा प्रयत्न केला, पण नरोत्तमने मानलं नाही. त्याने सरळ घर गाठलं. लॅचकीचा आवाज ऐकून मिसेस शेलारांनी त्यांचं दार उघडलं.

"आज लवकर आलात?"

"हो."

"बाबाऽऽ"

"आनंद..."

"मावशी, मी घरी जातो."

"बरं."

"रावीला पण येऊ दे."

"बरं. पण फार दंगा करू नका हं."

"नाही."

"आई, आम्ही खूप मस्ती केली."

"आम्ही?"

"हो. बाबा खूप खेळले आमच्याशी. रावी पण आली होती. बाबांनी चॉकलेट दिलं."

"अरे वा! मजा आहे तर मग!"

"हो. बाबा, उद्या पण लवकर या."

"येणार."

"काय रे, लवकर कसा काय आलास?"

"का, येऊ नये?"

"तसं नाही रे. पण नेहमी उशीर होतो तुला आणि गाडी दिसली नाही पार्किंगमध्ये..."

"गॅरेजला टाकलीये."

"काय झालं आता?"

"तेच तर बघायचं आहे."

"तू एक काम कर– नवी गाडी घे. कितींदा जातेय गॅरेजला हल्ली."

"कंपनीत सांगतो तसं."

"सांगच."

"कंपनीत कशाला सांगायचं?"

"म्हणजे?"

"कंपनी अशीच गाडी देणार; आपण आपली घेऊ."

"स्वतःची गाडी?"

"काय हरकत आहे?"

"मग मी नसती का घेतली माझ्यासाठी? तुला आहेच तुझी गाडी. इतक्या जवळ ऑफिस आहे आपल्या दोघांचं; पण मला जाण्या-येण्यासाठी भारत सरकारच्या वाहनावर अवलंबून राहावं लागतं."

"तुझं-माझं टायमिंग जमत नाही ना..."

"हो, पण म्हणून नवी गाडी, माझ्यासाठी मी तर घेतली नाही..."

"आई, तू घे गाडी."

"ये बात है! वा! बरोबर बोललास."

"काय बरोबर? जरा हिशेब मांड आधी."

"चलता है! बसेल हिशेबात."

"येस्स!"

"अरे, काय चाललंय दोघांचं?"

"आई, घेऊ या ना नवी कार..."

"आनंदऽऽ"

"ठरलं– घ्यायचीच."

"आणि तुझी ऑफिसने दिलेली गाडी?"

"परत करून टाकेन. माज नको बॉसचा..."

"म्हणजे?"

"आई, म्हणजे वाघाचे पंजे..."

नरोत्तम रिलॅक्स झाला. 'दासची गरज नाही आता. साल्या, नकोच तुझी गाडी. माझ्या गाडीतून येईन ऑफिसला. दाखवून देईन आणि मग लाथ मारेन तुझ्या नोकरीवर... पण आधी दाखवून देईन. मी कोण आहे, हे समजेल– दासलाही आणि बाकीच्यांनाही.'

'स्वत:ची गाडी!' ही भावना काही वेगळीच असते. तसं हल्ली गाडी घेणं म्हणजे अगदी सोपं झालं आहे. कुणीही घेतं. त्यात काही विशेष नाही. पण तरीही– ती घेणं, तिचं दाराशी आगमन होणं, तिची पूजा होणं, एक वेगळा अभिमान चेहऱ्यावर फुलणं आणि ऐटीत दाराला चावी लावून दार उघडून ड्रायव्हिंग सीटवर बसणं, फॅमिलीला लाँग ड्राइव्हला घेऊन जाणं... हे सर्व करणं म्हणजे काहीतरी वेगळं वाटतं, हे निश्चित! तसं ते नरोत्तमलाही वाटत होतं. आणि तो तसा ऐटीत, एका बोटावर चावी गोल-गोल फिरवत ऑफिसात शिरला; तेव्हा तर सर्वांच्या नजरा बघण्यात एक वेगळीच नशा त्याला जाणवली. दासचा चेहरा त्याला बघायचा होता, खजिल झालेला. पण दासना काही फरक पडणार नव्हता. त्यांच्या स्वत:च्या दोन गाड्या, शिवाय कंपनीने दिलेली एक गाडी... त्यांनी नरोत्तमकडे साधं वळूनही बघितलं नाही.

'नाही, तर नाही. पण आता बोलायचं काम नाही. आपली पण गाडी आहे बॉस...'

"नरोत्तम, हॉटेल बुकिंग करायचं आहे. उद्या रात्रीच्या फ्लाइटने मि. डिसुझा येणार आहेत. डिलक्स रूम. हॉटेल निशा– फॉर टू नाइट्स. मि. डिसुझांचं रिटर्न तिकिट बेस्ट एअर लाईन बघ. पण अर्थात कॉस्टवाइजही चेक कर. दुपारपर्यंत कन्फर्मेशनची मेल यायला हवी."

"कुमार, तू हे मला सांगण्याची आवश्यकता नाही."

"राईट! बट, सॉरी– सांगायला तर हवं. मी तुला मेल फॉरवर्ड केली आहे. रिप्लाय मी ॲज सून ॲज यू कॅन. मला ते पुढे पाठवायचंय."

"प्लीज लेट मी डू माय वर्क... एकदा सांगितलंस ना– बस झालं. ॲंड प्लीज, तू सांगायला यायची गरजही नाही. मी यायचो का? मेल कशासाठी आहे? डोंट वेस्ट माय टाइम इन फ्यूचर."

"ओके."

'मला शिकवतोय! ह्याला मी आणला कंपनीत, मी तयार केला आणि आता माझ्या डोक्यावर बसतोय. आपण कधी आपली केबिन सोडली नाही. धडाधड सर्वांना मेल्स पाठवायची, अर्जंट रिप्लाय मागवायचा, फॉरवर्ड करायचा आणि मोकळं व्हायचं. सालाऽऽ ओके. चलो, देखते है. माय गॉड! अनरीड एवढी मेल्स? कमाल आहे! सिलेक्ट, क्लिक, ओपन... ओह... माय गॉड! व्हॉट अ फिगर... कोण आहे ही? ओऽऽ हो क्या बात है... काय फोटो काढलाय! बेस्ट लायटिंग.

प्रत्येक अवयव ठसठशीत... ओह! मार्व्हलस! कुमारला मेल हवं आहे ना? घे, हेच फॉरवर्ड करतो. फॉरवर्ड, क्लिक, टू कुमार. क्लिक– ओपन– क्लिक– सेंड... सेंट...! सॅम, रक्षिता, अक्षय... येस् आणि हो, अमोलिका... ओपन– क्लिक– सेंड... सेंट. सेंट. सेंट. सेंट!

"आनंद, बाबा आले रेऽऽ!"

"बाबा, आज पण आलात लवकर?"

"हो. तू सांगितलं आहेस ना मला, रोज लवकर यायला?"

"हो."

"चला."

"बाबा, रावीला..."

"बोलाव ना."

"कशाला तुम्हाला त्रास?"

"वहिनी, दिवसभर आनंद तुमच्याकडे असतो. तुम्हाला त्याचा त्रास होतो का?"

"छे– छे!"

"मलाही रावीचा त्रास होत नाही. येऊ दे तिला."

"काका, आज पण चॉकलेट देणार?"

"होऽऽ देणार ना! या, आत या दोघं."

अमोलिकेला आश्चर्य वाटत होतं. नरोत्तम इतका कसा काय बदलला? आनंदसाठी तो रोज लवकर घरी येतोय, हे तिला समजत नव्हतं. ती संभ्रमात होती. पण बरंही वाटत होतं. आधी आनंदची अजिबात जबाबदारी न घेणारा नरोत्तम आता आनंदची इतकी काळजी घेतो आहे, त्याने ती सुखावली होती. तिचं दुसरं प्रोजेक्ट सुरू झालं होतं. फार वेगळा अभ्यास करावा लागत होता. मॉल कसा असावा, ह्याची अनेक उदाहरणं नेटवर उपलब्ध होती. अकील आणि अमोलिका अगदी मनापासून त्या मॉलसाठी झटत होते. नव्या-नव्या कल्पनांची जोड मिळत होती.

"अकील, जर हेही प्रोजेक्ट सक्सेसफुल झालं, तर आपली कंपनी नंबर वन होईल. उसवेकरांनी आपल्याला संपूर्ण स्वातंत्र्य दिलं आहे, त्याचा फायदा घ्यायचा. हा मॉल बघ– किती वेगळा डिझाइन केला आहे. आपलं डिझाइन ह्याहून सरस आहे. बघतोयस ना?"

"हो."

"काय झालं?"

"तू मला मेल चेक करायला सांगितलं आहेस. वाचतोय."

"ओके. पुंपुटकरांचं मेल ना?'

"येस्."

"सर अजून पंधरा दिवसांनी येणार आहेत. तोपर्यंत फायनल डिझाइन तयार हवं."

"होईल."

"माझ्या फार अपेक्षा आहेत. आणि, मी ह्यासाठी कितीही वेळ देऊ शकते. कारण सांगू? अरे, नरोत्तम हल्ली रोज लवकर येतो घरी आनंदसाठी. मग आनंद, तो आणि रावी तिघं जाम खेळतात, मस्ती करतात. कितीदा तरी मी घरी पोहोचेपर्यंत आनंद दमून झोपलेला असतो. इतकं छान वाटतंय ना!"

"हंऽ अगं अमोलिका, ही नरोत्तमची मेल आलीय तुला..."

"असं? ओपन कर..."

"मी?"

"सो व्हॉट? आमच्यात प्रायव्हेट असं काही नसतं. तू वाच. मोठ्यांदा वाच. मी हा प्लॅन फायनल करतेय ना... वाच..."

"सिलेक्ट– क्लिक– ओपन..."

"माय गॉड!"

"काय झालं?"

"सॉरी, मला काही काम आठवलं."

"अरे, मेल–"

"तू बघ. मी आलोच..."

अमोलिका पीसीसमोर... नरोत्तमने पाठवलेली मेल बघत...

तिचा पुतळा झाला होता!

'आपल्याला वाटतंय की, नरोत्तम बदलला आहे. पण ते खरं आहे का? की, माझ्याच काही कल्पना आहेत ह्या? कल्पनाच– असंच म्हणायला हवं. ही अशी मेल? इतकी ओंगळ? आणि कुणाकुणाला फॉरवर्ड केलीय ह्याने? रक्षितालाही? काय वाटेल तिला? आता हद्द झाली. नरोत्तमशी बोलायलाच हवं– अगदी आत्ताच्या आत्ता. आणि अकील? त्याच्यासमोर जायलाही आता लाज वाटेल. एक साधं, सरळ आयुष्य हवं आहे; पण ते मिळणं इतकं अशक्य का? लग्न करूच नये, असं मत होतं का? नाही. लग्न करावंच, असा अट्टाहासही नव्हता. अट्टाहास होता तो

कामाचा. नवी चॅलेंजेस स्वीकारण्याचा. त्या आव्हानात एक मजा आहे. बुद्धीचा कस लागायलाच हवा, नाही तर ती गंजून जाईल. नरोत्तमची बुद्धी गंजतेय... आता तर ती सडायला लागतेय. काय करू? ही तगमग कशी थांबेल? फोनवर काय बोलू? चिडू? हो, त्याला हेच अपेक्षित आहे. पण का? कशासाठी? पण ह्यावर तोडगा हवाच. बांधकाम भक्कम पाहिजे. नाही तर सीपेज् येतात. गळती लागते. आतल्या आत इमारत ठिसूळ होत जाते. वरतून कितीही मलमपट्टी करा, रंग लावा, सुशोभित करा; काहीही उपयोग होत नाही.'

"अमोलिका, कॉफी घे."

"अकील?"

"आपल्याला खूप काम करायचं आहे. फ्रेश हो."

"पण..."

"मी समजू शकतो."

"मला तुझ्यासमोर..."

"चूक तुझी नाही, मग तुला ऑकवर्ड का वाटतंय? खरं तर– गलती मेरी है! तुझी पर्सनल मेल मी बघायला नकोच– तू कितीही सांगितलंस तरीही. सो? लीव्ह इट. हॅव कॉफी अँड लेट्स स्टार्ट फॉर अवर न्यू चॅलेंज! तू आणि मी मिळून प्लॅन तयार केलेल्या मॉलमध्ये ब्रँडेड कंपन्यांची लाईन असेल. शॉप्स ॲट्रॅक्टिव्ह असतील. कॅफे एरिया, फूड मॉल... कमॉन, खूप कामं आहेत."

"अकील, मी चुकले ना?"

"कशाबद्दल?"

"मी तुला नाकारलं–"

"नाही गं, तुझं बरोबर होतं. आपण मित्र म्हणून जास्त जवळ आहोत. कदाचित निकाहनंतर हे नातं तुटलं असतं. आय ॲम लकी टू हॅव यू इन माय लाईफ ॲज अ बेस्ट, ग्रेट फ्रेंड!"

"सो, इव्हन मी."

"चिअर्स! कॉफी संपव."

माणसांनी फुललेल्या, गजबजलेल्या रस्त्यात अमोलिका एकटी होती. गर्दीत होती, पण गर्दीची नव्हती. गर्दीबरोबर ढकलली जात होती. पण तीहून चालत नव्हती.

"बाबा, मी थकले आता. मनाचे हे व्यवहार मला समजतच नाहीत."

"काय झालंय?"

"तेच सगळं, तसंच. बाप झालाय हा आता, पण त्याची किशोरावस्था अजून संपत नाही. ही विकृती आहे... हा आजार आहे."

"नरोत्तमबद्दल बोलतेस का?"

"अजून कुणाबद्दल सांगणार? या, आत या तुम्ही. पीसी ऑन करा."

"चालू नाहीये. रिपेअर करण्याची पण आवश्यकता वाटली नाही. तू नसतेस, मग कोण वापरणार तो?"

"ओके. माझा लॅपटॉप ओपन करते. हं, बघा..."

"हे काय आहे?"

"ऑफिसच्या मेल आयडीवर नरोत्तमने पाठवलेली मेल!"

"तुझ्या ऑफिसच्या मेल आयडीवर?"

"हो. त्याला माहीत आहे की, पर्सनल मेल आयडी ओपन करायला मला वेळ नसतो. मी आठवडा-आठवडा चेक करत नाही ती मेल्स आणि ही मेल्स रोज बघावीच लागतात, तर त्याने इथे मेल पाठवली, तीही अशी. बाबा, ही विकृती आहे. त्याला सायकिॲट्रिस्टकडे न्यायला हवं."

"मान्य. मला पटतंय. पण तो येईल?"

"त्याला यावंच लागेल."

"काय आणि कसं सांगशील?"

"तेच तुम्हाला विचारायला आले आहे."

"अगदी खासगी प्रश्न विचारू?"

"हं."

"तुम्हा दोघांचं नातं कसं आहे?"

"मी प्रत्येक वेळी त्याची इच्छा पूर्ण नाही करू शकत, कारण ती इच्छा म्हणजे विकृती आहे. हे असं काय काय बघत राहायचं आणि मी तसं करावं, अशी डिमांड करायची. मला नाही हे शक्य. आणि त्याची इच्छा माझ्याकडून नाही पूर्ण होत, तर त्याने जावं कुणाकडेही."

"नाही. हे तुझं म्हणणं योग्य नाही. त्याने कुठेच जाता कामा नये. बेटा, हा प्रश्न अगदी घराघरातला आहे. प्रत्येक पती-पत्नीत अशी वेळ येते. म्हणून मग प्रत्येकाने असा मार्ग स्वीकारला, तर 'कुटुंब' ह्या शब्दाला अर्थच राहणार नाही. धिस इज पासिंग फेज. नंतर सगळं होईल पूर्ववत्. आणि तुलाही सांगतो– तुला स्वत:ला थोडं बदलायला हवं. प्रायॉरिटीज बदलायला हव्यात. ह्याचा अर्थ, तुझ्या कामामध्ये तू तडजोड कर, असा नाही. पण कामाप्रमाणेच नरोत्तमलाही महत्त्व द्यायला हवंस. तू त्याला जपायला हवंस. जे आधी तुला चांगलं वाटत होतं, ते आता तुला

खटकायला लागलं आहे का?– विचार कर. खटकत असेल, तर का? प्रतिसाद देणारा जोडीदार, प्रतिसाद देईनासा झाला की असं काहीतरी करण्याची– म्हणजे मेल पाठवणं, काही वेगळे सूचक हातवारे करणं, व्यसनाधीन होणं, असं काहीतरी करण्याची– इच्छा प्रबळ होत जाते. विकृती तुला वाटत असेल, पण ती तुझ्याकडून न घडणाऱ्या कृतीमुळेही असू शकते.''

''म्हणजे, माझाच दोष!''

''तसं नाही म्हणायचंय मला...''

''तसंच तर आहे हे. प्रणयाची इच्छा व्यक्त करण्यासाठी ह्या अशा गोष्टींचा आधार सगळेच घेतात का? प्रत्येक पती-पत्नीत अशी एक वेळ येते– असं तुम्हीच म्हणता, तर ते असे विकृत चाळे करतात?''

''ही नरोत्तमची पद्धत...''

''म्हणूनच विकृती आहे त्याची... बाबा, मी लाजेने, शरमेने पुढे तोंड दाखवू शकले नाही ऑफिसमध्ये. आता नरोत्तमच्या आई-बाबांना बोलवायलाच हवं. ते नाही येत असं म्हणाले, तर मलाच जावं लागेल पुण्याला; पण त्यांना समजलंच पाहिजे की, त्यांचा मुलगा विकृत होत चालला आहे!''

''नको. जरा थांब. मी सांगितलं ना तुला– थोडी बदल तू स्वत:!''

''बाबा, तुम्ही आईसारखं बोलायला लागलात. तिच्यासमोर ही चर्चा नको म्हणून मी ती नसताना आले. ठीक आहे. मी आता बदलेनच. येते.''

■

१३

अमोलिका घरात शिरली आणि अचंबित झाली. घर सुंदर लावलेलं. फुलदाणी रजनीगंधाच्या फुलांनी सजलेली. खिडक्यांना नवे पडदे. डायनिंग टेबलवर नव्या मॅट्स. काचेचा मोठा बाऊल, त्यात फळं! हे सर्व काय आहे? फ्रेशनर मारलेला रातराणीच्या सुगंधाचा! संपूर्ण घर दरवळत होतं.

बेडरूममधल्या बेडवर नवी चादर, इथेही खिडक्यांना नवे पडदे. तिने बेडवर पर्स टाकली. पण तिलाच मग तिचं हे टाकणं आवडलं नाही. पर्स उचलायला गेली, तर पलंगावर एक ग्रीटिंग कार्ड दिसलं– 'सॉरी' म्हणणारं. तिने ते उचललं, उघडलं. तर, आतल्या बाजूला सुंदर कविता होती. नरोत्तमचं अक्षर इतकं सुरेख आहे?– असा विचार तिच्या मनात आलाच.

'इतकं सुंदर अक्षर! आत्तापर्यंत हे आपल्या लक्षात कसं आलं नाही? कसं येणार? आम्ही मेलद्वारे बोलतो; हस्तलिखिताचा प्रश्नच नाही. मेल! ओह! म्हणजे आपला राग घालवण्यासाठी हा सर्व खटाटोप? पण, नाही– ह्या खेपेस नाही. आजचा त्याचा अपराध अक्षम्य आहे. आज त्याने माझ्या बिझनेस मेल आयडीवर मेल पाठवली. समोर अकील होता, म्हणून त्यातल्या त्यात बरं झालं. तरीही, चूकच. अकीलला काय वाटलं असेल? नेहमीप्रमाणे त्याने मला सावरलंच... पण तरीही. आणि उद्या पुन्हा असंच वागला नरोत्तम, तर? ह्याला आळा घालायलाच हवा.'

"अमोलिकाऽऽ"

"मला काहीही बोलायचं नाहीये नरोत्तम."

"हे बघ, मला चूक कळली आहे माझी. एक मिनिट. आनंद, आपण मस्त फिरून आलो ना? आता बेटा, एक ऐकशील? रावीकडे जातोस थोडा वेळ?"

"नको. आनंद, इकडे ये."

"प्लीज अमोलिका... जा बेटा, मग बोलावतो तुला."

"मला बोलायचंय तुझ्याशी."

"काय बोलणार आहेस? आणि काय उत्तर असणार आहे तुझ्याकडे?"

"सॉरी. क्षमा कर. पण मी हल्ली फार फ्रस्ट्रेट झालोय."

"हं."

"तुला बोललो नाही, पण तो कुमार माझ्या हाताखाली काम करणारा, दासने त्याला माझ्या डोक्यावर बसवलंय आता. मी बॉस होतो त्याचा, आता तो माझा बॉस झाला आहे. ही मानहानी मला सहन होत नाहीये."

"का? असं का झालं? काही कारण?"

"आहे."

"सांग."

"मी एका अतिशय महत्त्वाच्या मीटिंगला हजर नव्हतो."

"कुठे होतास मग?"

"मी..."

"कुठे होतास?"

"हॉटेलमध्ये."

"काय?"

"ड्रिंक्स घेत बसलो होतो."

"कधीची ही गोष्ट नरोत्तम?"

"ज्या रात्री मी तुला जखमी केलं, त्याच्या दुसऱ्या दिवशी."

"नरोत्तमऽऽ"

"सुसाट झालो होतो. माझा माझ्यावर ताबा नव्हता. मीटिंग संपल्यावर ऑफिसला गेलो. मीटिंग होती, हेही विसरलो होतो. माझ्या तोंडाला वास येत होता. दास चिडला आणि त्याने तिथल्या तिथे कुमारला माझ्या जागेवर अपॉइंट केलं."

"तुला नोकरीवरून काढून कसं नाही टाकलं?"

"....."

"मी काय विचारतेय?"

"गाडी कुमारला द्यायला लावली कंपनीची."

"ओह! म्हणून आपण नवी गाडी घेतली?"

"अं?"

"काय झालंय तुला नरोत्तम?"

"नाही गं समजत– खरंच. प्लीज, हेल्प मी. रागावू नकोस. पण..."

"ओके, ओके नरोत्तम. माझं ऐकशील एक?"

"सांग– काहीही सांग. मी ऐकेन."

"आपण सायकिॲट्रिस्टकडे जाऊ या."

"काऽऽय?"

"हो. असा दचकू नकोस. तुला वेड नाही लागलेलं. पण नॉर्मल माणसांपेक्षा हे काहीतरी वेगळं आहे, हे तुला मान्य आहे ना?"

"हो."

"तू किती हुशार आहेस, कलात्मकही आहेस, सगळ्या चांगल्या गोष्टींची तुला आवड आहे; पण..."

"मला समजतंय. माझा हा स्वभाव..."

"सर्वांत प्रथम काय करशील? मेल्स बंद कर. तुझा आयडी बदलून टाक."

"हो, आजच करेन."

"मग तर निम्मे प्रश्न कमी होतील. आणि तुला अगदी खरंच सांगते, मी तुझीच आहे, तुझ्याचसाठी आहे. पण माझी विचारधारणा वेगळी आहे, भिन्न आहे. प्रणय मलाही हवा असतो, आवडतो. पण त्या प्रणयाला जर लालसेचं रूप आलं, तर मात्र मी नाही सहन करू शकत. अरे, प्राण्यांतले नरसुद्धा मादीची इच्छा बघून प्रणय करतात आणि आपण तर माणसं आहोत– विचार करणारी, मनाचे रंग बघू शकणारी, जाणवू शकणारी. समजतंय ना तुला माझं बोलणं?"

"हो."

"ठीक. मी बघते कुणी चांगला सायकिॲट्रिस्ट. येशील ना?"

"हो."

"घर खूप छान सजवलं आहेस."

"आवडलं तुला?"

"हो. बराच उशीर झालाय, आनंदला बोलावते. मस्त जेवू या."

"हं."

'अगदी निष्पाप दिसतोय नरोत्तम आता. तो झोपलेला असला की, निष्पापच दिसतो. उद्या त्याच्या ऑफिसात जावं का? दाससरांशी बोलावं? नको. रक्षिता असेल तिथे. दाससरांना फोन करावा. पण काय बोलायचं? नरोत्तमला पुन्हा त्याची पोझिशन द्या, असं सांगायचं? तसं झालं तर बरं होईल. त्याची घालमेल थांबेल. पण हे शक्य आहे का? शरीर माणसाला इतकं असहाय करतं? पुरुषाला इतक्या हीन पातळीवर... बाबा म्हणाले की, प्रत्येक पती-पत्नीत अशी वेळ येतेच. म्हणजे बाबाही? आई-बाबांमध्येही असं झालं? बाबा... नको, ते विचारच नकोत. आत्ता

विचार करायला हवा तो केवळ नरोत्तमचा, आपल्या संसाराचा आणि आनंदचा. काहीही झालं तरी आनंदच्या रूपात दुसरा नरोत्तम तयार होता कामा नये.'

"नरोत्तम? आज इतक्या लवकर? म्हणजे ऑन डॉट?"
"हं."
"काय झालं?"
"नथिंग. काल लवकर गेलो होतो ना. पेंडिंग आहेत कामं..."
"वाव्! धिस इज समथिंग ग्रेट!"
"अक्षय–"
"चल, चहा घेऊ."
"नको."
"कमॉन."
"ओके."
"बोल, काय झालंय? अरे, दोन चहा दे रे! बोल."
"अक्षय, आयुष्यात एकदाच चुकलो. त्या दिवशीची एक मीटिंग मिस केली. प्लस, आय वॉज ड्रंक! पण त्यामुळे मला आता चार्म नाही राहिला कामात. विचार करतोय, जॉब सोडावा हा आणि दुसरी कंपनी जॉइन करावी."
"डोंट बी सिली. यू स्टार्ट वर्किंग हार्ड! तुला तर इतकी माहिती आहे तुझ्या फिल्डची. कुमार कान्ट डू धिस!"
"पण..."
"वेट अँड वॉच! काही महिन्यांतच तू कुमारपेक्षाही वरच्या पोस्टवर असशील. कुठे गेल्या तुझ्या टॅक्टिक्स?"
"कुमार दोस्त आहे आपला. आय कान्ट डू एनीथिंग अगेन्स्ट हिम."
"ओके. तसं न करताही यू कॅन प्रूव्ह युवरसेल्फ!"
"हाऊ?"
"थिंक! थिंक... बट डोंट गिव्हअप्!"
"डू यू रियली फील सो?"
"व्हॉट?"
"दॅट आय कॅन अचिव्ह..."
"कमॉन नरोत्तम, व्हॉट्स रॉंग विथ यू?"
"ओके."

"तर डॉक्टर, हे सर्व असं आहे."

"मी मि. फडणीसांना भेटेन. अपॉइंटमेंट घेऊन ठेवा."

"ओके डॉक्टर, थँक्स."

अमोलिकेची बरीच धावपळ चालू होती. आनंद, नरोत्तम, ऑफिस, प्रोजेक्ट–ह्यात ती स्वत:ला विसरून गेली होती. नरोत्तम ट्रीटमेंट घेत होता. त्याच्यातला बदल अमोलिकेला समाधान देत होता.

"छान वाटतंय डॉक्टर आता."

"व्हेरी गुड. पण ट्रीटमेंट थांबवायची नाही. डोस कमी करू या जरा."

"तुम्ही सांगाल तसं."

"गुड! आय अ‍ॅप्रिशिएट. नॉर्मली पेशंट अ‍ॅक्सेप्ट करत नाही त्याचं आजारपण, पण तुम्ही केलंत. आणि ह्याला 'आजार' असंही नाही म्हणता येत. काही जणांमध्ये हार्मोन्सचं प्रमाण जास्त असतं. तुम्ही त्या काही जणांमध्ये आहात. अँड इट्स नॅचरल. नैसर्गिकरीत्या हे प्रमाण जास्त असतं. मग बॅलन्स जातो कधी कधी. आपण त्या हार्मोन्सचा बॅलन्स सांभाळायचा आणि मेडिसिन्सने ते शक्य आहे."

"येस्, आय अ‍ॅग्री विथ यू."

"डोंट वरी मि. नरोत्तम. अजून काही दिवसच मेडिसिन्स घ्यावी लागतील. बट अ‍ॅट द सेम टाइम इफ यू विल स्टार्ट मेडिटेशन, इट विल हेल्प यू."

"ओके."

"मेडिसिन्स काही काळापुरती घेतली तर ठीक. पण खरं मेडिसिन हे तुमच्याकडेच आहे. 'हाऊ टू कंट्रोल युवर माइंड?' रीड धिस बुक."

"ओके डॉक्टर. अँड आय विल स्टार्ट मेडिटेशन."

"गुड. ही नवी औषधं. प्रिस्क्रिप्शन. डोस माइल्ड केला आहे."

"थँक्यू डॉक्टर."

"नेक्स्ट अपॉइंटमेंट आफ्टर फिफ्टीन डेज..."

"ओके."

"बाय."

"बाय."

'सुटलो. किती लेक्चर झोडतो हा! आता ही नवी औषधं. कशाला घ्यायची? नो, घ्यायला हवीत. अमोलिका डॉक्टरांना फोन करेलच आज. मग ते सर्व रिपोर्टिंग करतील. घरी आल्यावर अमोलिका मी औषधं आणली आहेत की नाही, हे चेक करेल... नाही. औषधं विकत आणायलाच हवीत; घ्यायलाच

हवीत, हे जरुरी नाही. आत्तापर्यंत कुठे घेतली? न घेताही नॉर्मलच तर आहोत. आता अमोलिकेला वाटतंय की– औषधांमुळे मी नॉर्मल झालोय, तर वाटू दे तिला तसं. रोज त्या टॅब्लेट्स फ्लश करून टाकायच्या– संपलं! सालं, पहिल्या दिवशी काय गरगरत होतं. सारखी झोपच येत होती. उठायचं, जेवायचं, टॉयलेटला जायचं, झोपायचं. दोन-चार-दहा दिवस... बास! सालं, बास! फेकून देऊ गोळ्या सगळ्याऽऽ! पण नाही. नरोत्तम, यू आर जिनियस. गोळी घ्यायची हातात, घशात घातल्यासारखी करायचं, पाणी प्यायचं, तोंड वेडवाकडं करायचं, ते बघून अमोलिका जवळ येणार, थोपटणार, केसांवरून हात फिरवणार, गालावर ओठ टेकवणार. आपण थोडं हसायचं आणि ऑफिससाठी निघायचं. मुठीतली गोळी खिशात टाकायची आणि ऑन द वे टू ऑफिस– फेकून द्यायची आणि रात्रीच्या त्या गोळ्यांना फ्लश करून टाकायचं. मग अमोलिका जवळ येणार, थोपटणार, कुशीत घेणार, क्वचित उद्युक्त करणार! तिने तसं केलं की, आधी नाराजी दाखवायची आणि मग 'फक्त तुझी इच्छा म्हणून...' म्हणून रात्र सत्कारणी लावायची. जमलंय की सर्व. मग प्रॉब्लेम काय आहे? साला, आहे प्रॉब्लेम. 'क्वचित' नको आहे; 'नेहमी'. हा 'नेहमी' हाच प्रॉब्लेम आहे. अरे, मस्त नवरा मिळालाय, ऐश करावी ना! साडी, ड्रेसेस, हॉटेलिंग, ज्वेलरी, पिक्चर... पिक्चर! काय सालं पिक्चर आहे! ह्या फॉरिनच्या नट्या म्हणजे... मेंदूला झिणझिण्या येतात...!'

"ओहऽऽऽ नोऽऽ..."

नरोत्तम केवढ्यांदा तरी ओरडला. केमिस्टकडून औषधं घेण्यासाठी त्याने गाडी पार्क केली होती आणि सरळ गाडीचं दार उघडलं, मागून येणाऱ्या मोटरसायकलकडे त्याचं लक्षच नव्हतं. इंडिकेटर ऑन करायला तो विसरला होता. अंगावर येणारी मोटरसायकल बघून तो जोरात ओरडला आणि दुसऱ्या क्षणाला कोसळला.

"डॉक्टर, नरोत्तम?"
"ठीक आहे. प्लीज कम टू माय केबिन..."
"येस् डॉक्टर."
"ॲक्सिडेंटल केस आहे. फॉरमॅलिटीज पूर्ण करू या आधी. तुम्ही–?"
"मी मिसेस नरोत्तम. पण काय झालंय, किती लागलंय?"
"साधं खरचटलंय."
"मग?"
"वेट अँड वॉच!"

"व्हाय?"

"मीट मिस्टर रॉबर्ट. ही इज अ पर्सन हु ॲडमिटेड युवर हजबंड."

"थँक यू सो मच!"

"बाइक हेच चालवत होते."

"तुम्हीच?"

"येस्, हेच. मि. नरोत्तमनी मागे न बघता दार उघडलं. मि. रॉबर्ट वॉज इन स्पीड. आणि अचानक गाडी थांबली आणि लगेचच ड्रायव्हर साइडचं दार उघडलं गेलं. इव्हन एसी– इंजिन वॉज ऑन. स्टिल मि. रॉबर्ट कुड कंट्रोल हिज स्पीड. पण मला वाटतं, अंगावर येणारी मोटरसायकल बघून मि. नरोत्तम घाबरले आणि कोलॅप्स झाले. बाइकचा स्पर्शही त्यांना झालेला नाही. मि. रॉबर्टनी मोटारसायकल पार्क केली आणि ते मि. नरोत्तमपाशी गेले. बेशुद्ध होते तेव्हा ते. तुमच्याच गाडीत त्यांनी मि. नरोत्तमला उचलून ठेवलं आणि इथे आणलं. धिस इज माइल्ड हार्ट ॲटॅक!"

"व्हॉट?"

"येस्, शॉक. शॉक बसला की होतं असं."

"मग? आता?"

"ईसीजी चालू आहेच; होतील सेटल. पण इट विल टेक टाइम. अँड येस्, नॉट टू वरी."

"थँक्यू डॉक्टर."

"इट्स ओके."

"मि. रॉबर्ट, थँक यू सो मच!"

अमोलिकेला आश्चर्य वाटत होतं. 'हे असं कसं झालं? आजचा चौथा दिवस, पण अजूनही नरोत्तम घाबरलेला आहे. खरं तर डॉक्टरांनी दुसऱ्याच दिवशी सांगितलं होतं की, पेशंटला घरी नेण्यास हरकत नाही. पण नरोत्तम नाही म्हणाला. त्याची स्थिती बघून डॉक्टरही म्हणाले– हरकत नाही, अंडर ऑब्झर्व्हेशन म्हणून एक दिवस राहू दे. मानसिक आघात आहे. त्यातून त्यांनीच बाहेर पडायला हवं. बरोबर आहे. नरोत्तमने स्वत:ला खंबीर करायला हवं. आई, बाबा, त्याचे आई-बाबा, मित्र– सगळेच त्याला प्रोत्साहित करत आहेत, आनंदी ठेवत आहेत. सतत सांगत आहेत की, तुला काहीही झालेलं नाही. हा हार्ट ॲटॅकच होता, असं नाही. भीतीमुळे अचानक समोर वेगाने येणारं वाहन बघून बसलेला धक्का आहे. शारीरिक नव्हे, तर मानसिक– वगैरे वगैरे. पण अजूनही नरोत्तम भयभीतच! एवढा पुरुषासारखा पुरुष... प्रसंगी अरेरावी करणारा, माज करणारा, राक्षसी होणारा; आणि त्याने इतकं

घाबरावं? मरणाला? माणसं का घाबरतात मरणाला? आपण घाबरतो का? ह्याचं उत्तर कदाचित अगदी सहज आपण देऊ की– नाही घाबरत. पण जर उद्या असाच एखादा प्रसंग जर आपल्याबाबतीत घडला तर? अचानक मरण असं समोर आलं, तरीही आपण असंच म्हणू का? नाही... सांगता येत नाही. कुठल्या प्रसंगासाठी जो साधा सरळ, सगळ्यांनाच अनुभव मिळतो; त्याबद्दल खात्री देऊ शकतो आपण की, त्या क्षणी आपण कसे वागू. पण मरण? त्याचा अनुभव नाही आणि इतरांच्या अनुभवावरून आपण आपला धडा ह्याबाबतीत नाही घेऊ शकत. पण तरीही, नरोत्तम इतका भित्रा?'

"कसा आहे नरोत्तम आता?"

"येस्, ही इज फाइन. बेटर."

"डिस्चार्ज मिळाला?"

"डॉक्टर म्हणाले आहेत की, घरी जायला हरकत नाही. पण आम्हीच म्हणालो की, असू दे दोन-एक दिवस अजून."

"अमोलिका, तुला नाही जमत."

"काय?"

"कमॉन, आपको खूब पहचानता हूँ मैं. सही है ना ये?"

"जी."

"कहो, क्या बात है?"

"अकील, मृत्यूचं भय इतकं मोठ्ठं असतं? अगदी..."

"मृत्यूचं भय नसतं. हे जीवन संपणार, ह्या जीवनातले आनंद संपणार– ह्याचं भय असतं."

"पण ह्याच जीवनात क्लेशही आहेतच की."

"वासना त्यावर मात करते."

"आपण ऋषी, बुवा... आध्यात्मिक... वगैरे बोलतोय, त्यांच्यासारखं..."

"छोडो! आपल्या प्रोजेक्टबद्दल बोलू..."

"मस्त! बोल."

"मॉल आणि त्यामागे अपार्टमेंट..."

"हे काय नवीन?"

"हो– तू चार दिवस नव्हतीस, तेव्हाची ही डेव्हलमेंट आहे. जिथे आपण मॉल उभारतोय– म्हणजे तो बिल्डर– त्याने मॉलच्यामागे असलेली जुनी बिल्डिंगही घेतली. तिथे टॉवर उभारायचा आहे आणि त्याचं डिझाइनही आपणच करायचं आहे."

"काय?"

"येस्. सो, आता जास्त कामाला लाग. आणि..."

"अरे पण मॉल आहे, तर त्याच्याच मागे राहणाऱ्या लोकांना किती त्रास होणार."

"तो कसा काय?"

"मॉल म्हणजे सतत गाड्या, माणसं, फेरीवाले. शिवाय गॅलरीतून, बेडरूम किचनच्या खिडक्यांतून दिसणार काय? मॉलची मागची बाजू, पार्किंग एरिया... व्ह्यू हा असा?"

"तेच तर आपलं स्किल असेल. हा तर चॅलेंज आहे आपल्यासाठी."

"प्लॅन दाखव. इथेच मांडू या. दिशाही बघायला हवी. हं, कोणती बिल्डिंग?"

"ग्रेने दाखवली आहे– ती 'किनारा' नावाची."

"ओके. ठीक. बघते."

"ऑल द बेस्ट."

"थँक्स!"

कामाला आता वेग आला. नरोत्तमची काळजी नव्हती. पुण्याहून श्री. व सौ. फडणीस आले होते. आपल्या लाडक्या, एकुलत्या एका मुलाची काळजी घेण्यासाठी. आनंदही खूश होता. घरात आजी-आजोबा होते, त्याचेही लाड होत होते. अमोलिका आता निश्चिंत झाली होती. आता सगळं स्थिरस्थावर झालं होतं. कामात मन लागत होतं आणि चॅलेंज तिने स्वीकारलं होतं. अकीलची सोबत होतीच. हॉस्पिटलच्या प्लॅनचं खूप कौतुक झालं होतं डॉक्टरांकडून, पेशंट्सकडून, वर्तमानपत्रांतूनही. त्यामुळे उसवेकर आणि पुंपुटकर हे दोघेही अमोलिका अन् अकीलवर खूष होते. प्रमोशन झालं होतं दोघांचंही आणि त्यांना नव्या प्रोजेक्टसाठी पूर्ण मुभा देण्यात आली होती.

मोठ्या रेस्टनंतर नरोत्तमने ऑफिस जॉइन केलं. त्याच्या गैरहजेरीत त्याचं महत्त्व, त्याचं स्किल, क्लायंटसाठी असलेले त्याचे हितसंबंध दासना जाणवले होते. कुमारपेक्षा नरोत्तम कितीतरी समर्थ आहे, हेही दासना जाणवलं होतं. पुन्हा सर्व चार्ज कुमारकडून काढून नरोत्तमला द्यावा, असा विचार ते करत होते. पण त्याने कुमार दुखावला जाईल आणि ऑफिसमध्ये, स्टाफमध्ये नाराजी पसरेल– असंही त्यांना वाटत होतं. बराच विचार करून त्यांनी नरोत्तमला मॅनेजरची पोस्ट द्यायची ठरवलं. नरोत्तम बॉस झाला. गाडी नवी कोरी, शिवाय फ्लॅटही कंपनीतर्फे त्याला देण्यात यावा, असा त्यांचा विचार होता. पण अर्थातच नरोत्तमचं वर्क आऊटपुट बघूनच ते हा निर्णय घेणार होते.

"येस् मि. नरोत्तम? हाऊ इज युवर हेल्थ नाऊ?"

"नॉर्मल सर. थँक्यू."
"नरोत्तम, आय हॅव सम न्यू प्लॅन्स फॉर यू."

दास सांगत होते आणि नरोत्तम आश्चर्यचकित होत होता. त्याचा चेहरा खुलला. पाठीचा कणा ताठ झाला. एक आत्मविश्वास वाटू लागला, जो गेल्या काही महिन्यांत पार ढेपाळला होता. दासच्या केबिनबाहेर पडताना एक हलकीशी शीळ वाजली आणि पाय स्वत:च्या केबिनकडे वळले. मऊ, गुबगुबीत खुर्चीत रेलल्यावर त्याने शांतपणे केबिनचं निरीक्षण केलं. हा बदल का झाला आहे, हे मात्र त्याला समजत नव्हतं. हे प्रमोशन का– ह्याचा तो विचार करत होता. आणि तो सुखावला. हरवलेली गुर्मी... त्या गुर्मीने उचल घेतली. दासच्या खालोखाल आता त्याचं महत्त्व आहे, हे त्याला जाणवलं. रक्षिता, कुमार, अक्षय ह्या सर्वांपेक्षा तो आता वर होता. पुन्हा हलकीशी शीळ वाजली आणि त्याच स्वरात पीसी ऑन झाल्याचा स्वरही मिसळला...

नरोत्तमला आता वेळेचं बंधन नव्हतं. कामं झाली पाहिजेत– मग ती त्याने कशीही करावीत. कंपनी नीड्स रिझल्ट्स! आणि रिझल्ट्स देण्याची नरोत्तमची क्षमता होतीच. अमोलिका, तिचं तिच्या कंपनीमधलं स्टेटस– जे नरोत्तमच्या अहंकाराला ग्रासत होतं, तेही आता निवळलं आणि त्यामुळे एक वेगळाच नरोत्तम आकारत होता, बदलत होता. त्याला काही महिन्यांपूर्वी घडलेला प्रसंग आठवला.

"तुला ऑफिसमध्ये काही उद्योग नसतो का रे?"
"का?"
"तुला माहितीये, हे मी का विचारतेय."
"कुमार बघतो ना बरंचसं."
"आणि तू? तू काय करतोस? मेल्स फॉरवर्ड करणं– हेच ना?"
"तू बघू नकोस ना..."
"नाहीच बघत, पण डिलिट करण्यात वेळ जातो."
"करू नकोस."
"करावी लागतात. कारण ती तू माझ्या कंपनीच्या बिझनेस मेल आयडीवर पाठवतोस. हजारोंच्या वर जातो आकडा. रोजची आठ-दहा आणि त्या रद्दीत महत्त्वाचं मेल मिळत नाही पटकन."
"रेघोट्या ओढण्यापलीकडे काय काम असतं तुला?"
"एकदा येऊन बघ– त्या नुसत्या रेघोट्या नसतात..."
"तुला ना... जाऊ दे, उगीचच नाटकं."

"असं? मी नाटक करतेय?"

"माझ्यापेक्षा चार पैसे जास्त मिळवतेस ना– म्हणून उगीचच, विनाकारण हा कामाचा आव."

"पुरे. मला उशीर होतोय. अंघोळीला तू जाणार आहेस का आता, की मी जाऊ?"

"मी जातोय. तुला पंधरा-वीस मिनिटं उशीर झाला जायला, तर काही फरक पडत नाही."

'मग आपण चांगला अर्धा तास तरी घालवला बाथरूममध्ये अंघोळ करण्यात. ती दार वाजवत राहिली, पण आपण लक्षच दिलं नाही. मग शांतपणे दार उघडलं. शीळ वाजवत बाहेर आलो. ती तडतडत राहिली. रस्ता बनवण्यासाठी खडी टाकतात, रोलर फिरवतात; पण तरीही सगळी खडी डांबराला चिकटत नाही. त्यावरून गाडी गेली की, गाडीच्या वेगामुळे सुटी खडी गाडीच्या पत्र्यावर तडतडते– तशी अमोलिका तडतडत राहिली. काय साली उपमा सुचली होती तेव्हा! नरोत्तम, यू आर ग्रेट! लेखकही होऊ शकलो असतो; पण आता अमोलिकेला सांगायला हवं– हम भी कुछ कम नहीं!'

संध्याकाळी खुशीतच नरोत्तम घरी परतला. आदल्याच दिवशी आई-बाबा पुण्याला गेले होते. आता घर त्याच्यासाठी मोकळं होतं. अमोलिका घरी आली. आनंदला आणण्यासाठी तिने रावीच्या घराकडे मोर्चा वळवला. तेवढ्यात नरोत्तमने तिला खेचलं आणि हलकेच ढकलत-ढकलत बेडरूममध्ये नेलं. तिचा होकार-नकार ऐकण्याचं भानही तो हरवून बसला होता... आणि अमोलिका पलंगावर ढकलली गेली...

■

१४

बऱ्याच दिवसांनी अमोलिकेला जरा सवड मिळाली. काही तास तिला आनंदबरोबर घालवता येणार होते. 'तसा आनंद समंजस आहे. उशीर झाला आपल्याला, म्हणजे होतोच; पण तरी त्याची तक्रार नसते. शेलारांकडे छान राहतो. रावी असतेच. दोघं एकमेकांसाठी छान आहेत. रावी तशी मोठी आहे आनंदपेक्षा, पण ती रमते आणि आनंदही. आता आनंदची शाळा बदलायला लागेल. पहिलीत जाणार तो आता. किती लवकर मोठा झाला! आज त्याला समुद्रावर न्यायचं. यथेच्छ वाळूत खेळू द्यायचं. आपणही खेळायचं– वाळूत, पाण्यात. म्हातारी खायची. बोटं, ओठ अगदी चिकट करून घ्यायचे. ह्या छोट्या-छोट्या गोष्टी मोठा आनंद देणाऱ्या... रावीलाही नेऊ या. ठरलं...'

अमोलिकेने स्पीड वाढवला. ह्या ट्रॅफिकमध्ये वाढून-वाढून कितीसा स्पीड वाढणार? पण तरीही... अधीरतेने ती घरापाशी पोहोचली. लॅच कीने दार उघडलं आणि तिला आश्चर्य वाटलं. नरोत्तम? घरी? ह्या वेळेला? रावी त्याच्या एका मांडीवर बसली होती आणि आनंद दुसऱ्या मांडीवर...

"तू? आत्ता, ह्या वेळेला घरी कसा?"

"ह्याच बाजूला मीटिंग होती. लवकर संपली. मग ऑफिसला गेलो नाही. तूही लवकर आलीस आज?"

"हो. साइटवरून घरीच आले सरळ. आनंद, रावीला फिरायला न्यावं, असा विचार करत करत..."

"वा! मस्त! जाऊ या की..."

"तुझी गाडी दिसली नाही खाली..."

"खालीच आहे."

"हो का? अरे, मी इतकी घाईघाईने आले. माझं लक्ष गेलं नसेल."

"जायचं का?"

"होऽऽ! मी आत्ता येते फ्रेश होऊन. आनंद, रावी– तुम्हीही तयार व्हा. अरेऽऽ काय हे? हात किती बरबटले आहेत..."

"काकांनी चॉकलेट दिलं."

"छान! जा घरी आणि छान-छान फ्रॉक घालून ये. ए बाई, आधी हात धू इथे."

लंच टाइममध्ये अमोलिका, अकील त्यांच्या नेहमीच्या टेबलावर बसले होते. अमोलिका खिडकीबाहेर बघत होती. समोरच एक टॉवर उंच-उंच जात होता. लोखंडी चौकोन दिसत होते. काही भागात त्या चौकोनात काचा बसवून झाल्या होत्या– निळ्या, फिकट निळ्या आभाळाखालोखाल हिरव्या काचा! 'आता ह्या काचा स्वच्छ करण्यासाठीही तो झुला झुलू लागेल. आपण मग तो प्रत्यक्ष बघू शकू– पूर्णपणे झुलणारा. काचेची इमारत असं म्हणायचं, पण त्या काचांना ह्या लोखंडाचा आधार नसता तर? मग इमारत कशी काय उभी राहू शकली असती? आता ह्या इमारतीचं प्रतिबिंब त्या इमारतीच्या काचांत दिसेल, आणि तसंच त्या इमारतीचं ह्या इमारतीवर! अशी प्रतिबिंबं पडत राहिली, तर वेगळं अस्तित्व राहू शकेल? सगळं सरमिसळ होऊन जाईल. काहीतरी तसंच होतंय. पण नक्की काय? हे मात्र कळत नाही ये. वरकरणी सर्व छान आहे. पण...'

"अमोलिका, सांबार थंड होतंय. मग तू ते खाणार नाहीस. इडलीही थंड..."

"हो, खाते ना!"

"मॉलचा बेसमेंटचा पार्किंग लॉट चांगला झालाय."

"हं. आणि 'किनारा'चं कामही आता वेगाने सुरू झालंय. अकील, आपण जो प्लॅन केलाय, त्यात एका बाजूने ग्लास वापरत आहोत."

"किनाराची एक बाजू...'

"हो. पण रेसिडेन्सीला काचा. हे जरा वेगळं, म्हणजे चुकीचं..."

"नाही होणार. तू बघ, आपण मॉडेल केलं आहे ना– शिवाय वॉक थ्रूही तयार झालंय."

"हो? कधी दाखवतोस?"

"उद्या. सर्वांनाच दाखवेन मीटिंगमध्ये."

"ठीक. चलायचं का?"

"चल."

"अकील..."

"बोल–"

"काही नाही."

'किनारा! एक मस्त प्रोजेक्ट! खरंच, ह्या इमारतीतल्या लोकांना मॉलचा त्रास होणार नाही; उलट ह्या मॉलमुळे किनाराची किंमत वाढेल. प्रशस्त खोल्या, मोठा कॉरिडॉर, तीन लिफ्ट्स, स्विमिंग पूल, छोटंसं जिम, छान बाग. गेटबाहेर पडलं की सुखाच्या आणि गरजेच्या सर्व वस्तू हजर. स्टेशन लांब आहे, पण इथे राहायला येणारे निदान घरटी दोन गाड्या असणारेच असतील. आता छोट्या पण महत्त्वाच्या गोष्टी प्लॅन केल्या की... प्लॅन? म्हणजे नोटिंग. काय अमोलिका... अरे हो, पुंपुटकरांना प्लॅन पाठवायचा आहे.'

ओपन...
मेल आयडी...
पासवर्ड...
क्लिक...
ओके.
सिलेक्ट...
ओके.
फॉरवर्ड...
ओके.
डन!

"हॅलो अकील..."
"येस्?"
"जरा येतोस..."
"कमिंग..."

"बोल."
"जरा हा प्लॅन बघ..."
"अंऽऽ ग्रेट! डन..."
"ठीक... ओके अकील. मी जरा निघते आता. तू..."
"मी बघतो बाकीचं. उद्याची मीटिंग."
"आहे लक्षात. वेळेत येईन."

अमोलिकेला बघून बाईंना आनंद झाला. श्री. उमाकांत सप्रेही खूश झाले.

"वा! आज कशी काय?"

"मस्त कॉफी प्यायला आलेय."

"ये, बस. आनंद?"

"घरी– म्हणजे शेलारांकडे असेल. मी ऑफिसातून आले ना सरळ..."

"हो, ठीक आहे ना तो?"

"मजेत."

"आणि नरोत्तम?"

"तो तर जास्तच ठीक आहे."

"म्हणजे?"

"हार्ट अ‍ॅटॅक त्याला लकी ठरलाय ना!"

"असं का बोलतेस?"

"प्रमोशन, गाडी, वेळेचं बंधन नाही. बॉस आहे तो आता. मग काय– वाटलं की घरी यायचं, वाटलं की ऑफिसला जायचं आणि जे वाटेल ते करायचं. वाट्टेल तेही करायचं."

"औषधं थांबली?"

"घेत होताच कुठे?"

"म्हणजे?"

"नव्हता घेत. एक-दोनदा कळलं ते मला. म्हणजे, तो औषधं घेत नसणारच."

"हार्ट अ‍ॅटॅक आणि औषधं घेत नाही?"

"कुठलीच घेतली नाहीत. जाऊ दे. तुम्ही दोघं कसे आहात?"

"आम्ही ठीक आहोत."

"हं, घे गं कॉफी. खायला आणू का काही?"

"नको."

"चिवडा आणि बिस्किटं घे. कालच घरी केलाय चिवडा."

"वा!"

"अमू, आम्ही सिंगापूरला जायचं म्हणतोय."

"वाव्! ग्रेट! जाच."

"हो."

"कधी जाताय?"

"लवकरच. बुकिंग करायचं आहे अजून."

"करून टाका. नको, मी नरोत्तमला सांगते. मस्त सोय करेल तुमची."

"अगं, पण अजून चौघं जणं आहेत बरोबर."

"डोंट वरी. सर्वांची सोय होईल.'

"असं?"

"हो. वा! मला खरंच खूप-खूप आनंद झालाय."

अमोलिका घरून निघाली ती अगदी आनंदात. 'आई-बाबा प्रथमच कुठेतरी जाणार आहेत. इतकी वर्षं नुसतं काम, घर, नातेवाईक, मी... अनेक जबाबदाऱ्या पार पाडण्यातच गेली. आता त्यांनी खरंच स्वत:साठी जगायला हवं. नरोत्तम खरंच मस्त अॅरेंज करेल त्यांची ट्रिप.'

आनंदाने अमोलिका घरी आली. दार उघडं होतं...

"नरोत्तम? तू?"

"आत्ताच आलो."

"बरं झालं. मला खूप-खूप आनंद झालाय. तुझ्याशी बोलायचं आहे. अरे, आई-बाबा सिंगापूरला जायचं ठरवतायत. मी त्यांना म्हटलं की, तू करशील सगळी सोय. नरोत्तम, लक्ष आहे ना तुझं?"

"हो, बोल ना. म्हणजे करू की– त्यात काय मोठं?"

"मी त्यांना सांगितलंय तसं. तू बोलतोस का बाबांशी? आत्ता?"

"आत्ता? हो, बोलतो ना..."

"बोल. मी आनंदला घेऊन येते."

"अगं, नको. आत्ताच गेलाय तो."

"म्हणजे?"

"खेळायला गेला."

"अरे, पण तू आत्ताच आलास ना?"

"हो. म्हणजे मी आलो घरी, आनंदला बोलावलं, त्याचे कपडे बदलले आणि तो गेला, म्हणून दार उघडं होतं, तेवढ्यात तू आलीस."

"त्याने काही खाल्लंय का?"

"अं?"

"मी बघते..."

"अरेऽऽ नरोत्तमऽऽ बेडरूममध्ये इतका पसारा?"

"आनंदचं काम."

"बरं."

'शेवटी जावयाचं महत्त्व पटलंच– आणि हेही समजलं की, जावयाची वट काय आहे. अशी फाइव्ह स्टार ट्रीटमेंट एवढ्या कमी पैशात मिळाली असती काय? आता पंधरा दिवस ऐश करतील दोघं. दोघं नाही, सहाही जणं. काय खूश होती

अमोलिका! परत-परत सांगत होती– नरोत्तमने केलीय सोय सगळी! एअरपोर्टच्या दारापासूनच सुरुवात झाली. लगेज घ्यायला माणसं, पासपोर्ट इमिग्रेशन फॉर्म, बोर्डिंग पास, सिक्युरिटी चेक ते अगदी विमानाच्या दारापर्यंत. आपलं काम असंच असतं. सॉलिड परफेक्ट. आणि धमाल म्हणजे– एअरपोर्टवर आई-बाबांना वाकून नमस्कार केला, तेव्हा त्यांचे चेहरे अगदी बघण्यासारखे होते. आनंदित!'

"हॅलो नरोत्तम, मी बोलतेय."
"बोल."
"पोहोचले आई-बाबा अगदी सुखरूप."
"छान!"
"थँक्स!"
"कमॉन डार्लिंग! थँक्स काय? ते माझेही आई-बाबा आहेत."
"हो."
"ओके. ठेवतो फोन. कामात आहे."
"बरं."

'चला, नरोत्तम– स्टार्ट.'
लॉगइन...
साइन इन...
पासवर्ड...
क्लिक...
ओके.
ओपन...
मेल...
'व्हॉट? हे कुठलं मेल? ओपन... डेट ऑफ डेथ...! साला, कोण हा पाठवणारा? नाव? ओळखीचं नाही. डेट ऑफ डेथ... फॉर्म भरायचा हा? ओके.
नेम.... कुणाचं लिहू? रक्षिता... बेस्ट! ओके.
हाईट... सेंटिमीटर्समध्येही माहीत आहे. ओके, नेक्स्ट?
वेट... वाढलेलं की आधीचं? अं? किती असेल आता? नेक्स्ट...
बर्थ मार्क... हाय हाय. एक ठसठशीत तीळ... वाव्! नेक्स्ट...
बर्थ डेट... ओके
सबमिट... डन...
काय? तेरा ऑगस्ट दोन हजार पंचवीस!

माय गॉड...!

ओके... आता? कुमार! येस्! साला, माझा बॉस झाला होता.

'व्हॉट? चार दिवस फक्त? नो! सालं, बकवास. एवढा धडधाकट– रोज नॉनव्हेज हाणतो. वन ग्लास बिअर डेली. पण ओन्ली वन ग्लास. त्याला काय धाड भरणार? ऑल हम्बग! म्हणे अजून चार दिवसांनी... चौथ्या दिवशी कुमारचा मृत्यू!

'पण हा गेम झकास आहे. काय साली डोकी चालतात एक-एक! कुणी प्रत्यक्षात मरो न मरो; पण मरावा एकदाचा, असा विचार करणारे असतातच की अनेक. अशा विचारांतूनच हे तयार झालं असणार– डेट ऑफ डेथ! आपण पहिलं नाव रक्षिताचं घातलं. तिला जर हे मेल फॉरवर्ड केलं, तर ती कुणाच्या मरणाची तारीख बघेल? आपल्या? आपली तारीख कोणती असेल? बघावी? हॅ! कशासाठी? जेव्हा यायचं असेल तेव्हा येईल. आणि अशा जर तारखा कळायला लागल्या, तर ह्या जगाचं काय होईल? पण साला, आपण एवढा विचार का करतोय? लाइफ आहे, वाइफ आहे... एन्जॉय!'

अमोलिका तिच्या केबिनमध्ये बसली होती– शांत. कामाचा ताण जरा ओसरला होता. काम सुरू होईपर्यंत सगळा ताण असतो. एकदा त्याला वेग आला की मग त्या कामातही एक लय येते. एका तालात सर्व चालू राहतं. पूर्वीच्या बांधकामाची पद्धत वेगळी होती. तेव्हा इतकी साधनंही नव्हती. साध्या विटा, माती, सिमेंट इकडचं तिकडे न्यायचं तर माणसांची रांग आखायला लागायची. झिगझॅग– समोरासमोर तोंड! मग एका लयीत त्या कामगारांचे हात पुढे-मागे होत राहायचे. घमेली एका हातातून दुसऱ्या हातात– एक झोकाच! भरलेलं घमेलं पुढे जातं, रिकामं होऊन मागे येतं. पण आता तसं चित्र फारसं कुठे दिसत नाही. शहरात तर नाहीच नाही.

'शहर! किती बदलतंय सर्व! म्हणजे हल्ली-हल्ली फारच. गेल्या पाच-सहा वर्षांत आपणही किती बदललो. माणसं बदलत जातात, म्हणून शहरं बदलतात. नाही तर त्या निर्जीवतेला बदल झाला काय, नाही झाला काय! पण निर्जीवतेला बदल? माणसं तिच्यात बदल घडवतात आणि मग म्हणतात, जग बदलत चाललंय!'

"मॅडमऽऽ"

"काय रे मौलिक?"

"उसवेकरांनी बोलावलंय."

"येते."

"मे आय कम इन?"

"अमोलिकाऽऽ ये. अकील येतोय ना?"

"अकील?"

"हो. मला तुम्हा दोघांशीही काही बोलायचंय. हा आलाच अकील. कम इन!"

"थँक्यू सर."

"अकील, अमोलिका– देअर इज अ ग्रेट अपॉर्च्युनिटी फॉर अस."

"नवीन प्रोजेक्ट?"

"ती तर आहेतच. पण किनारा टॉवरमध्ये आपल्याला दोन फ्लॅट्स मिळणार आहेत– अॅक्च्युअल कॉस्टमध्ये."

"खरं?"

"होय. मार्केट कॉस्ट तुम्हाला माहीतच आहे. कन्स्ट्रक्शन कॉस्टचा अंदाजही तुम्हाला आहे. तर माझी इच्छा आहे की, तुम्हा दोघांना हे फ्लॅट्स मिळावेत."

"पण सर..."

"तुम्ही दोघांनी खूप मेहनत घेतली आहेत ह्या प्रोजेक्टवर आणि मला फ्लॅटची आवश्यकता नाही. तेव्हा तुम्ही..."

"पण सर..."

"अकील, ही बिल्डरची ऑफर आहे. आपल्या कंपनीने बिल्डरकडे कसलीही डिमांड केलेली नाही. मे बी, म्हणूनच तो आपल्याला ही ऑफर देतो आहे. ग्रॅब इट!"

"तरीही एका फ्लॅटची किंमत किती असेल?"

"एक मिनिट सर... माझं घर मोठं आहे. अम्मीजान तिची वास्तू सोडणार नाही. आणि फ्लॅट घ्यायचा, मग तो दुप्पट किमतीला विकायचा– ह्यात मला इंटरेस्ट नाही. अल्ला का दिया हुआ बहोत है । त्यापेक्षा कुणा गरजूला आपण मदत करू."

"वा अकील! आय ॲम प्राऊड ऑफ यू. बरं, अमोलिका, तुझं काय?"

"आय नीड सम टाइम!"

"ओके. पण तरीही, जरा लवकरच कळव. फ्लॅट्सचं बुकिंग सुरू झालेलं आहे."

"ओके सर. मी कळवते लवकरच."

अमोलिका विचारात पडली. 'इतकी चांगली संधी? मुंबईसारख्या शहरात, प्राइम एरियात आणि आपणच रचलेल्या इमारतीत घर? तरी कर्ज काढावंच लागणार. अगदी कन्स्ट्रक्शन कॉस्ट द्यायची– मान्य; तरीही कर्ज काढावं लागणार. आपल्या एकटीच्या इन्कमवर कर्ज मिळणं कठीण. म्हणजे नरोत्तमलाही कर्ज घ्यावं

लागणार. आणि त्यासाठी तो तयार होईल? घर आपल्या नावावरच मिळणार; अर्थात त्याचं नावही असेल, तरच त्याला कर्ज मिळेल. आधी नरोत्तमशी बोलायला हवं.'

"कसला विचार करतेस?"

"अकील, मला एकटीला तो ब्लॉक घेणं जमणार नाही. नरोत्तम काय म्हणतो, हे बघायला हवं."

"सगळे पैसे एकदम कुठे भरावे लागणार आहेत? स्लॅबवाईज पेमेंट करायचं आहे."

"पण तरीही नरोत्तमला सांगावं लागेलच ना!"

"हां, वो तो सही है– कहना तो पडेगा. तो फिर प्रॉब्लेम क्या है?"

"नाही. प्रॉब्लेम? छे, कुछ नहीं."

"कुछ तो है।"

"मला खरंच नक्की माहीत नाही की, प्रॉब्लेम आहे की नाही ते."

"म्हणजे?"

"समजत नाहीये."

"अमोलिका, तू अशी कधीच नव्हतीस. तुला स्पष्ट सगळं माहीत असायचं. नसेल, तर तू माहीत करून घ्यायचीस. समजत नसेल, तर ते समजेपर्यंत अखंड प्रयत्न करत राहायचीस."

"ते माझ्या संदर्भात; दुसऱ्याच्या संदर्भात काय करू शकणार?"

"कोड्यात बोलतेस. नरोत्तम इज फाइन नाऊ... होय ना? इज ही ओके?"

"येस्. ही इज फाइन. डुइंग वेल."

"मग?"

"नथिंग. मी निघते आता. रझिया कशी आहे?"

"छान. नेक्स्ट वीक ती डिलिव्हर होईल, असं डॉक्टर सांगत होते."

"काऽऽय?"

"येस्."

"अभिनंदन अकील!"

"थँक्स."

"अम्मीजान आनंदात असेल ना?"

"हो, खूपच."

"असणारच! मस्त बातमी दिलीस. चल, कॉफी घेऊ या."

"चल."

अमोलिका खरंच आनंदात होती. अकीलने बरीच वाट बघितली होती. त्याचा आनंद तिलाही जाणवत होता. 'एक घर आनंदित होतंय– किती छान! घरात बाळ हवंच. त्याशिवाय घर हे घर वाटत नाही. तो पसारा, ते हसणं, ते रडणं... सगळ्याच भावना तीव्र. खदाखदा हसायचं, भोकाडही पसरायचं आणि हात-पाय आपटत राग व्यक्त करायचा. किती छान असतं ते वय! लोक काय म्हणतील, ही भीती नसते; त्यांची पर्वाही नसते. रडायचंय– तर अगदी तारस्वरात. मोठ्यांदा हसायचंय– तर तेही अगदी गडाबडा लोळेपर्यंत. रागही तसाच. मग मुलाचं असं वागणं मोठ्यांना आवडत नाही. त्यांना पर्वा असते समाजाची. आपलं बाळ असं वागतंय? बाप रे! मग त्या बाळाला सांगायचं– असं मोठ्यांदा रडू नये, तोंड वेंगाडून हसू नये– पडजीभ दिसेपर्यंत... पाय आपटायचे नाहीत. शांत हो! म्हणजे सर्व भावना दाबून टाकायच्या– अगदी आतल्या आत. मूल तसं शिकतंही करायला. पण तो दाब सहन होतो का त्याला? कधी ना कधी दाब वाढत जातो आणि फुटतो. फुटतो, तेव्हा त्याचं रूप भयंकर होत असतं– अगदी लाव्हा! स्वत:बरोबर आजूबाजूच्यांनाही जाळून-भाजून काढणारा लाव्हा! पोटातून उफाळून येणारा... कारंज्यासारखा उसळणारा. तो दाब, सगळं-सगळं नष्ट... जाळत,भाजत वाहतच राहतो– वाहतच राहतो.'

नरोत्तमला आश्चर्य वाटत होतं. 'असा हा वेगळा बिल्डर असू शकतो? म्हणजे, चक्क एक मोठा फ्लॅट स्वत:चं नुकसान करून घेऊन एका साध्या एम्प्लॉइला देऊ शकतो? कसं शक्य आहे? मान्य की, अमोलिकेने खूप मेहनत घेतली. पण त्या मेहनतीचा पगार तिला मिळतोच की! मग? नक्की काहीतरी भानगड आहे. आपण जर लोन घेतलं तर... तो फ्लॅट आपल्या मालकीचा होईल. पण तो राहील तिच्या नावाने. बायकांना हे असलं स्वातंत्र्य देता कामा नये. त्या मग स्वयंभू होतात, माज दाखवतात. पण आपलंच नुकसान आहे त्यात. ह्या वन बीएचकेमधून बाहेर पडता येणार नाही मग. थ्री बीएचके? बाप रे! सॉलिड! बघू. पण त्या आधी तो बिल्डर कोण, हे शोधायला हवं. काय नाव सांगितलं अमोलिकेने? विसरलो. पुन्हा विचारू. तो कसा आहे, हे बघायला हवं. अमोलिकेवर इतका मेहेरबान का, ते शोधायला हवं. शोधूच. आणि फ्लॅटही घेऊ. पण दोन दिवसांत सांग काय ते, असं अमोलिका म्हणाली. दोन दिवसांत इतकी माहिती मिळेल? निदान चार-पाच दिवस तरी... चार? अरे! कुमारची तारीख... त्याचा दिवस... सालं, हे काय चाललंय आपलं? फालतू मेलचा विचार का करतोय आपण? साधा विचार जरी आला मनात, तरी धडधडायला लागतं. बीपी हाय होतं. पाल्पिटेशन... गोळी घ्यावी? घ्यायलाच हवी.

आज नकोच जायला ऑफिसला. परत वळू या. घरी जाऊ. पडून राहायचं शांत– अगदी शांत! हार्ट बिट्स वाढलेच...'

स्कूल बस सोसायटीच्या दारात थांबली. आनंद उतरला. बाबांची गाडी बघून त्याला आनंद झाला. ''बाबाऽऽ बाबाऽऽ'' असं ओरडतच तो वर गेला. खरं तर नरोत्तमला आता कुणीही नको होतं. अस्वस्थ वाटत होतं. विचार करायचा नाही, असं ठरवता-ठरवता सतत तोच विचार येत होता. मेल इतकं विचित्र होतं... त्या मेलचा रंग, बॅकग्राऊंड काळी-जांभळी आणि तो सांगाडा... फ्लोरोसंट रंगात– चकाकणारा, हलणारा... फॉर्मचा रंग लालभडक आणि किनार पिवळी धम्मक! अंगावर काटा आणणारी...

''बाबाऽऽ''

नरोत्तम दचकला.

''बाबाऽऽ''

''आनंदऽऽ आलोऽ आलोऽऽ''

नरोत्तमने दार उघडल्याबरोबर आनंदने त्याला मिठी मारली. त्या कोवळ्या मिठीने नरोत्तमची भीती गेली. मोठा आधार वाटला त्याला. आनंद घरात आला आणि घरातलं वातावरण बदलून गेलं. त्याची अखंड बडबड, शाळेतल्या गमती सांगणं... त्या क्षणी नरोत्तमला ते सर्व हवंसं वाटू लागलं. नरोत्तमचा मूड बदलला. तो रिलॅक्स झाला. पूर्ववत् झाला. आनंदने रावीला बोलावून घेतलं आणि मग त्याला अजूनच छान वाटू लागलं. जसजसा दिवस चढत गेला, तसतसा नरोत्तम हलका होत गेला.

''आज बुट्टी?''

''हो. जरा बरं वाटत नव्हतं. पण आता ठीक आहे.''

''तू काही विचार केलास का फ्लॅटबद्दल? लोनबद्दल?''

''अमोलिका, मी विचार करतोय. पण आपलं हे घर छान आहे, पुरेसं आहे.''

''अरे, फ्लॅट तयार व्हायला अजून वेळ आहे. आणि जरी आपण तो घेतला तरी तिथेच राहायला हवं, असं नाही. पण, इट विल बी गुड इन्व्हेस्टमेंट!''

''हो. पण... म्हणजे मोठं घर, पॉश एरिया, जावंसं वाटणारच ना!''

''मग जाऊ राहायला.''

''तेच तर म्हणतोय की, नको. तू, मी दोघंही दिवसभर बाहेर असतो. आनंद इथे रमलाय. शेलारांचं घर म्हणजे त्याचंच घर– असं झालंय. दोघांनाही काळजी

नसते आनंदची ती त्यांच्यामुळे. आता असा शेजार तिथे मिळणार का?''

"हे मात्र खरं.''

"मग?''

"शिवाय रावी पण असते.''

"हो ना! काय गट्टी जमलीय दोघांची!''

"दोघांची नाही, तिघांची. तूही असतोस ना!''

"वेळ मिळाला तर असतो.''

"बरं, मग?''

"नको सांग– नको तो फ्लॅट.''

"बघते.''

'फ्लॅट नको' असं म्हटलं तर लोक वेड्यात काढतील ह्याची अमोलिकेला कल्पना होती. 'लोक जाऊ दे, एकटा अकील पुरेसा आहे. का नको– असं विचारत राहील. आई-बाबा हवे होते. त्यांनी नक्कीच मदत केली असती. पुण्याला फोन करून नरोत्तमच्या आई-बाबांना विचारावं का? पण नरोत्तमला आवडणार नाही. रेसिडेन्शिअल इमारत, टॉवर. आपली पहिली बिल्डिंग! किती छान वाटेल तिथे राहायला. कसं जमवायचं? उद्या पुंपुटकरसरांशी बोलावं. बघू! हा निर्मितीचा आनंद, कैफ काही वेगळाच असतो. कैफ... किती मस्त शब्द आहे. झिंग! हाही शब्द मस्त आहे. एक वेगळीच झिंग! लहरत नेणारी– ह्या टोकापासून त्या टोकापर्यंत... हे पहिलं टोक म्हणजे सुरुवात आणि दुसरं टोक म्हणजे शेवट! मग पुन्हा शेवटापासून सुरुवातीपर्यंत...'

"वाढतेस ना, भूक लागलीय आई.''

"हो, वाढते ना! हात धुतलेस?''

"होऽऽ''

"चला.''

"फडणीससाहेब, साहेबऽऽ''

"काम करतोय– दिसत नाही? थांब जरा.''

"साहेब, लगेच चला...''

"कुठे? काय झालंय?''

"खाली कुमारसाहेब तिथे... रस्त्यावर पडलेत.''

"काऽऽय?''

"होय. पान खात होते आणि ते थुंकायला गेले. समोरून गाडी येत होती. त्यांचं लक्ष नव्हतं आणि गाडीने त्यांना उडवलं... साहेब, लवकर चला."

नरोत्तम धावला. ऑफिसच्या मुख्य दारातून बाहेर पडताना त्याचं अगदी सहज लक्ष गेलं कॅलेंडरकडे आणि तो क्षणभर थबकला. आजचा चौथा दिवस होता. डेट ऑफ डेथ... चौथा दिवस आणि नरोत्तमचे पाय लटपटायला लागले.

"साहेबऽऽ चला आधी. ॲम्ब्युलन्स येईल इतक्यात. दाससाहेबही आज नाहीत इथे– तुम्हालाच बघावं लागेल."

"अं? हो. अक्षय, सॅम..."

"सगळे गेले खाली."

"चल!"

रस्त्यावर हीऽऽ गर्दी झाली होती. फूटपाथला लागून कुमार वेडावाकडा पडला होता– त्याच ठिकाणी... जिथे पान खाऊन अनेक माणसं थुंकतात. पांढऱ्या शुभ्र शर्टाला लागलेले लाल डाग रक्ताचे की त्या थुंकीचे, हे समजणं कठीणच. गर्दी हटवत नरोत्तम कुमारजवळ गेला. धुगधुगी होती.

"ॲम्ब्युऽऽलन्सऽऽ" नरोत्तमचा एवढा मोठा आवाज... आक्रोश त्या गर्दीला भेदून गेला. 'टॅऽटॅऽ' आवाज करत ॲम्ब्युलन्स आली. कुमारला त्यात ठेवण्यात आलं. बेशुद्ध कुमारला वेदनांची जाणीव नव्हती आणि शर्टावरचे लाल डाग कसले, ह्याचीही चिंता नव्हती.

हॉस्पिटलला पोहोचेपर्यंत उशीर झाला होता. 'आत्ता काही तासांपूर्वी एकत्र लंच घेतलं आणि आता– तो कुमार नाही? हे भयानक आहे... हे क्रूर आहे... डेट ऑफ डेथ क्रूर आहे! आपल्याला त्याच्या मरणाची तारीख माहीत होती. का नाही आपण त्याला सजग केलं? का नाही त्याची काळजी घेतली? आपणच गुन्हेगार आहोत. रोज आपणही कुमारबरोबर पान खायला, सिगरेट ओढायला जातो; आजच का नाही गेलो? ही तारीख कशी काय विसरलो?'

"अमोलिकाऽऽ"

"काय झालं रे? आवाज का असा?"

"कुमार गेला."

"कोऽण?"

"कुमार..."

"काय सांगतोस? कधी? कसा? कुठे आहेस तू आत्ता?"

"हॉस्पिटलमध्ये..."

"येते मी लगेचच. कोणतं हॉस्पिटल?"

हॉस्पिटलच्या दिशेने अमोलिकेची गाडी पळत होती. नरोत्तम तिची वाट बघत होता.

त्याला अस्वस्थ वाटू लागलं होतं.

सूर्य कलू लागला होता.

...आणि डेट ऑफ डेथचं कुमारचं पान नरोत्तमच्या डोळ्यांसमोर तरळत होतं.

■

१५

"कसा आहे नरोत्तम?"

"बरा आहे. मला काही समजतच नाही त्याचं. ॲक्सिडेंट होतात... त्यात इतकं मनाला लावून घेण्यासारखं काय आहे?"

"तो त्याचा मित्र होता ना? कमॉन अमोलिका, असं वाटणं स्वाभाविक आहे."

"ते मलाही समजतं अकील. अगदी घट्ट मैत्री होती. पण नरोत्तम काही वेगळाच वागतोय. दु:ख होणं, मी समजू शकते; पण तो सतत हेच बोलतोय की, माझ्यामुळे कुमार गेला. मी त्याला वाचवू शकलो असतो– हे कसं काय? अचानक, पूर्वकल्पना नसताना जे घडतं– त्यालाच अपघात म्हणतात ना?"

"शॉक घेतलाय त्याने, म्हणून असं काहीतरी बोलत असेल."

"हो, पण त्याला ह्यातून बाहेर काढायला हवं."

"जॉइन झाला?"

"आजचा पहिला दिवस. गेले पंधरा दिवस नुसता घरात बसून होता. ना खाण्याकडे लक्ष, ना आनंदकडे."

"आज गेलाय ना कामावर? होईल आता सर्व व्यवस्थित."

"होप सो!"

"घराचं काय ठरवलंस?"

"कुठे काय ठरवणार ह्या गडबडीत?"

"उशीर करू नकोस."

"माझ्या पगारावर लोन मिळेल? म्हणजे, जेवढी माझी सॅलरी आहे..."

"मिळेल ना!"

"खरंच?"

"आपण चौकशी करू. ऑफिसचं अकाउंट ज्या बँकेत आहे, तिथेच जाऊ."

"तू येशील?"

"अर्थात! आणि गॅरेंटर म्हणून सहीसुद्धा करेन!"
"दॅट्स ग्रेट."

'आपलं घर होणार... आपल्या नावाची एक वास्तू! हा अकील काय काय करणार आहे आपल्यासाठी? हे असं निर्व्याज प्रेम आपल्या वाट्याला आलं आहे! असं काय करतो आपण त्याच्यासाठी? किती गोष्टी शिकवल्या अकीलने. आता आपले प्लॅन्स आपण आपले सहज कम्प्युटरवर ड्राफ्ट करू शकतो. वेब डिझाइनही शिकलो त्याच्याचकडून. आता आपलं घर तयार होणार, तेही त्याच्याचमुळे. आयुष्य खरंच इतकं सहज असतं? नाही. उंच नेणारा झोका... पाय हवेत असतात, मस्त ताणलेले; पण तो जमिनीकडे येताना ते मुडपून घ्यावेच लागतात. पायांना दगड-मातीचा धक्का बसतोच, खरखरीत होतो स्पर्श. वाऱ्याचा हळुवार स्पर्श, हवेचा स्पर्श निसटतो... पण मग पुन्हा वर... आनंदाने. हवेच्या सुखद स्पर्शासाठी जमिनीचा खडबडीत स्पर्श तळव्यांना होणं आवश्यकच. तिथे रेटा दिल्याशिवाय वर जाता येत नाही. एकदा वर गेलं की, माणसं जमिनीशी असलेलं नातं विसरतात. ते नातं लक्षात राहावं म्हणून मग हे पडणं. शारीरिक, मानसिक, वैचारिक. अगदी पडणं म्हणजे पूर्ण रसातळाला जाणं. तिथून उठून निदान जमिनीवर येण्यासाठी मग प्रचंड मेहनत, तपश्चर्या... ही तपश्चर्या करण्याचं बळ ज्यांच्या अंगात असतं, ते जमिनीपर्यंतचा प्रवास करतात. नसतं, ते रसागाळातच राहतात... खोल-खोल जात राहतात अजूनच... अजूनच...'

आणि अचानक अमोलिकेला काच स्वच्छ करणारा दिसला– जणू आभाळातूनच टपकला! धुळीचा एक-एक पट्टा पुसला जाऊ लागला. तेवढी काच अगदी पारदर्शक झाली. तेव्हा अमोलिकेच्या लक्षात आलं की, ह्या काचेवर किती धूळ होती. पण ती समप्रमाणात होती, त्यामुळे सर्व काच सारखीच दिसत होती. पण आता तफावत दिसत होती. 'मनावरची ही धुळीची पुटं स्वच्छ करायला एखादा ब्रश का नाही कुणी निर्माण केला– मनाच्या ह्या कोपऱ्यापासून त्या कोपऱ्यापर्यंत फिरवता येईल, असा... एक-एक पट्टा स्वच्छ करत जाणारा!'

"अमोलिका?"
"येस् सर."
"कम टू माय केबिन."
"ओके सर."

कुमारचं रिकामं टेबल बघून नरोत्तम अस्वस्थ झाला. त्या टेबलाकडे बघायचंच नाही, असं ठरवूनही काहीही उपयोग होत नव्हता. नजर तिथे वळतच होती. त्याने पट्कन एक सॉर्बिट्रेट जिभेखाली ठेवली. पाल्पिटेशन कंट्रोलमध्ये आणणं आवश्यक होतं.

"हाय."

"हाय."

"कसा आहेस?"

"ठीक आहे अक्षय. ऑफिस कसं काय?"

"चाललंय. दाससरांना भेटायला जा."

"हो."

"चल, मी येतो तुझ्याबरोबर."

"सर!"

"कम इन. हाऊ आर यू? आय ॲम सॉरी. आय वॉज नॉट देअर ऑन दॅट डे."

"इट्स ओके सर!"

"व्हेरी सॅड अँड अन्एक्सपेक्टेड!"

"येस् सर."

"बट नरोत्तम, यू ट्राइड युवर बेस्ट टू सेव्ह हिज लाइफ..."

"बट आय फेल्ड."

"इट्स नॉट बिकॉज ऑफ यू. डेस्टिनीऽऽ"

"सर..."

"कमॉन, ट्राय टू फर्गेट. स्टार्ट विथ युवर वर्क, देन ओन्ली यू विल फील ओके."

"येस् सर."

"गो."

नरोत्तम आपल्या केबिनमध्ये आला. खुर्चीवर बसला. जरासा रेलला. पीसी ओपन करायला हवा होता. गेल्या पंधरा दिवसांचा बॅक-अप् भरून काढायला सुरुवात करायला हवी होती, पण मन होत नव्हतं.

'हे असं चालणार नाही. अडकून बसायचं नाही... सुरुवात करायलाच हवी.'

नरोत्तमने नाइलाजाने पीसी ऑन केला. ढीगभर अनरीड मेल्स बघून त्याच्या अंगावर काटा आला. स्क्रोल करत-करत तो कर्सर खाली-खाली नेत होता. आपण

नक्की कोणती मेल शोधतोय, हे त्याला समजत होतं. ती मेल त्याला हवी होतीही आणि नव्हतीही. माणसाला स्वत:ला वेदना करवून घेण्यात स्वारस्य असतं. दु:ख नको, असं म्हणत-म्हणत त्याच्याही नकळत तो दु:खाची वाट बघत असतो. नरोत्तमचं काहीसं असंच चाललं होतं; त्याच्याही नकळत त्याने डेट ऑफ डेथ शोधून त्यावर क्लिकही केलं होतं. ते भडक रंगसंगती असलेलं भेसूर पेज स्क्रीनवर झळकत होतं... आणि अगदी अनवधानाने त्याने नाव टाइप केलं 'सॅम'. अजून पन्नास वर्षं जगणार आहे. म्हणजे, म्हातारा होईपर्यंत. 'दास'? फॉर्म पूर्ण होऊ शकला नाही. त्याचा ब्लड ग्रुप माहीत नाही. ओके. माहिती करून घेऊ. अक्षय... पंधरा वर्षं?

"सर."
"येस् पूर्णा–"
"सर, चेक्सवर सह्या हव्या आहेत तुमच्या."
"ठेव इथे. मी चेक करतो आधी. ह्या पेमेंट्सची बिलं? इन्व्हॉयसेस?"
"पाठवते."
"ओके. हरी अप..."

आता कामाला वेग आला. अनेक मेल्स. 'अमोलिका ह्या मेल्सना रद्दी म्हणते. मॅड! पण ही मेल्स नंतर सावकाशीने बघू. घरीही बघता येतील– अमोलिका आसपास नसेल तेव्हा. पण गेल्या पंधरा दिवसांत लॅपटॉपला हातच लावला नाही आपण. पण येस्, नाऊ आय ॲम ओके. लाइफ आहे, एन्जॉय करण्यासाठी. ते आहे तोपर्यंत मस्त जगायचं– अगदी मस्त! पॉश!'

अमोलिकेने अकीलच्या मदतीने लोनसाठी अप्लाय केलं. लोन नक्की पास होईल, अशी हमीदेखील मिळाली. पुंपुटकरांनी एकच फ्लॅट हवा, असं बिल्डरला सांगून टाकलं. बिल्डरही खूश झाला. संधीचा विनाकारण फायदा घेणारी ही फर्म नाही, असा त्याला विश्वास वाटला. अमोलिकेचं घर वेगाने आकार घेत होतं.

आपण घर घेतल्याची आनंदाची बातमी तिने श्री. व सौ. फडणीसांना कळवली. आई-बाबा कधी एकदा ट्रिप संपवून येताहेत, ह्याची ती वाट बघू लागली. तसे फोन तर यायचे त्यांचे, पण तिला प्रत्यक्षात ही बातमी सांगायची होती.

नरोत्तम मात्र नाराज होता. आपल्या मदतीशिवाय अमोलिकेची सर्व कामं होत आहेत, हे त्याला खटकत होतं. तो बिल्डर, पुंपुटकर आणि अकील– का एवढे मेहेरबान आहेत तिच्यावर ह्याचा शोध घ्यायचा होता, पण राहिलंच.

'कुमार गेला आणि आपण अगदी खचून गेलो. सर्व माहिती काढायची राहिली. तोपर्यंत अमोलिकेने ब्लॉक घेतलाही– आपल्याला काहीही न सांगता. असं कसं काय ती करू शकते? नवऱ्याला विचारत नाही; विचारू नकोस. पण सांग तरी. असं आहे काय तिच्यात? सर्वसाधारण दिसणारी अमोलिका आणि आता तर जरा जाडही झालीय. जराही मेंटेन करत नाही स्वत:ला. जून दिसायला लागलीय. तिच्यापुढे आपण मात्र... तसे नेहमीच होतो. त्या वेळी आई म्हणालीही होती, तुला कितीतरी सुंदर मुलगी मिळेल हिच्यापेक्षा. पण आपणच ऐकलं नाही. रूप नाही तर नाही, पण अपडेट राहावं माणसानं. आत्ताच अशी दिसायला लागलीय. अजून दहा वर्षांनी कशी दिसेल? कशी दिसेल... आत्ताच बघता येईल की! काय सालं मेल आहे ते. आत्ताचा फोटो टाकायचा, आफ्टर टेन इयर्स असं लिहायचं, एंटर करायचं की– तो चेहरा बदलत जातो आणि दहा वर्षांनंतरचा चेहरा दिसायला लागतो. काय वाट्टेल ते करतात माणसं. बघू या का अमोलिकेला? बघूच या. फोटो? आहे ना मोबाईलमध्ये– अगदी परवाच काढलेला. येस्. एंटर... ओ माय गॉड! ही अशी दिसणार दहा वर्षांनी? हॉरिबल! आणि हिच्याबरोबर आपण हिंडणार? नॉट पॉसिबल. ओह नो... दहा वर्षं... पण हिचं तेवढं आयुष्य आहे का? बघायचं? लेट्स सी...

डेट ऑफ डेथ...

अमोलिका...

वय...

उंची...

वजन...

ब्लड ग्रुप...

बर्थ मार्क...

एंटर...

ओह नो... अजून सत्तावीस वर्षं अन् चार महिने...!

अशक्य... सिंपली इम्पॉसिबल! सत्तावीस वर्षांनंतर तर ती आणखीनच वाईट...

आणि आपण? किती जगणार? आई म्हणाली होती कधीतरी, पत्रिका दाखवली होती तिने... दीर्घायुषी आहे.

डेट ऑफ डेथ...

नरोत्तम...

वय...

उंची...

वजन...

ब्लड ग्रुप...

बर्थ मार्क...

एंटर...

नीट समजत नाहीये... हे चूक आहे... हे शक्य नाही... बास्टर्ड... हलकट... साल्याऽऽ आईऽऽ गंऽऽऽ!'

"अमोलिका मॅडम?"

"येस्."

"मी सॅम. नरोत्तमचा फ्रेंड– कलिग."

"येस्, आय नो."

"जल्दी कीजिए. नरोत्तम... हार्ट अ‍ॅटॅक..."

"व्हॉऽऽट?"

"येस्."

"हॉस्पिटल... कौनसा? कौनसा हॉस्पिटल? येस्, कमिंग–"

दरदरून घाम फुटलेल्या नरोत्तमला हॉस्पिटलमध्ये अ‍ॅडमिट केलं गेलं होतं. धावपळ चालू होती. ईसीजी, ब्लड प्रेशर, ऑक्सिजन... अँजिओग्राफीची तयारी चालू होती. अमोलिका पोहोचली. डॉक्टरांनी एकंदरीत परिस्थिती सांगितली. तिने लगेचच श्री. व सौ. फडणीसांना पुण्याला फोन लावला. 'लगेचच निघा' असा निरोपही दिला. अकील धावपळ करत होता आणि अमोलिका शांत बसून होती.

अकीलला जाणवलं की, ती खचतेय. अँजिओग्राफी होऊन रिझल्ट्स मिळेपर्यंत काहीच करता येण्यासारखं नव्हतं. अकील काहीही न बोलता तिच्यासोबत बसून राहिला.

"हा हार्ट अ‍ॅटॅक होता, की मानसिक धसका?"

"हार्ट अ‍ॅटॅकच."

"पण रिपोर्ट्स काही वेगळंच सांगतात."

"मिसेस फडणीस, ब्लॉकेज आहे. एकच आहे, पण आहे."

"अँजिओप्लास्टी?"

"नाही करता आली. अँजिओग्राफी करतानाच प्रेशर शूट झालं होतं. थांबावं लागलं."

"मग आता?"

"लेट हिम रेस्ट. एक-दोन दिवस अंडर ऑब्झर्व्हेशन ठेवू या."
"ठीक आहे."
"स्पेशल वॉर्डमध्ये ठेवू या. आयसीयूची आवश्यकता वाटत नाही."
"ओके."

श्री. व सौ. फडणीस तातडीने आलेच होते. हॉस्पिटलच्या खेपा सुरू झाल्या होत्या. दिवसभर दोघांपैकी कुणीतरी एक हॉस्पिटलमध्ये असायचेच. रात्री मात्र अमोलिका थांबायची. आता पाच दिवस उलटून गेले होते, पण नरोत्तममध्ये म्हणावा तसा बदल होत नव्हता. अचानक श्वास अडकायचा, मग ऑक्सिजन लावला जायचा. बीपी अजूनही कंट्रोलमध्ये येत नव्हतं. एका छोट्याशा ब्लॉकेजने इतकं काही होत नाही, असं डॉक्टरांचं म्हणणं होतं. सरासरी नव्वद टक्के माणसांत– जी चाळिशीच्या आसपास असतात– असा ब्लॉकेज असतो. पण तो फारसा जाणवतही नाही. हां– आता दम लागणं, थकवा जाणवणं, कामाचा वेग कमी होणं– असं होतं. पण... नरोत्तमची केस काही वेगळीच आहे, असं डॉक्टरांना वाटत होतं.

"मिसेस फडणीस, श्री. फडणीसांवर कामाचा फार ताण असतो का?"
"नाही."
"सॉरी टू आस्क यू, बट तुमच्या दोघांचं रिलेशन... मतभेद, भांडण वगैरे."
"नाही डॉक्टर. अजिबातच नाही असं नाही, पण इतका आणि असा त्रास होण्यासारखं मात्र नक्कीच नाही."
"मनी प्रॉब्लेम?"
"नो, नॉट अॅटऑल."
"असं काही घडलंय आधी पूर्वी, ज्याचं टेन्शन त्यांनी आत्ता घेतलंय?"
"मला तरी तसं काही वाटत नाही. आमच्या लग्नानंतर तरी तसं काही नाही."
"ड्रिंक्स? स्मोकिंग?"
"दोन्ही आहे, पण कंट्रोलमध्ये. आहारी जाणं हा प्रकार नाही."
"देन इट्स डिफिकल्ट टू फाइंड आऊट. तुम्ही त्यांना विश्वासात घ्या. तसं काही त्यांच्या मनात असेल... तुम्हाला सांगू शकले नसतील. त्यांना खात्री द्या, बोलतं करा. लेट हिम ओपन आऊट. ते ट्रीटमेंटला रिस्पॉन्स देत नाहीयेत. त्यांना ह्यापूर्वी कुठली ट्रीटमेंट चालू होती? खूप ताप अथवा..."
"हो. काही कारणाने त्यांना सायकिअॅट्रिस्टकडे नेलं होतं. पण त्यालाही आता दोनएक वर्षं झाली. ती ट्रीटमेंटही कधीचीच थांबली. ही इज फाइन."
"ओके. मला त्या डॉक्टरांचं नाव सांगता?"

“हो. आणि नंबरही देते.”

“गुड.”

“डॉक्टर, मी आहे इथेच. काही अजून माहिती हवी असली, तर बोलवा.”

“फाईन.”

“कसं वाटतंय नरोत्तम?”

“अं? ठीक आहे.”

“पण अजूनही तू नॉर्मल नाहीयेस– कधीच नव्हतास; पण मला ते तेव्हा समजलं नाही.”

“म्हणजे?”

“काही नाही. विश्रांती घे.”

“बोल ना...”

“रात्री बोलू या. शांतपणे.”

“रात्र? झाली आहे ना रात्र?”

“होतेय.”

“बोल आत्ताच.”

“बरं बोलते. तू खरंच कधीच नॉर्मल नव्हतास. तुझं दिसणं तुला घातक ठरलं. फार स्वत:च्याच प्रेमात, अहंकारात जगलास. रक्षिता आठवतेय ना? तिने तुला नाकारलं... तुझ्या अहंकाराला ठेच लागली. अरे, काय झालं? मॉनिटरवरच्या रेषा फारच वर-खाली व्हायला लागल्या. मेडिकली त्याला म्हणतात तरी काय– विचारायला हवं. पण तो ग्राफ वर-खाली होतोय. ते डिझाईन बाकी भारी दिसतंय!”

“अमोलिका... तू...”

“तर, काय सांगतेय मी, नीट ऐक. तू एक निकम्मा, विकृत... नरोत्तम म्हणजे नरांमध्ये उत्तम! पण ह्या नावाचा केवळ एकच अर्थ तू घेतलास– ‘सेक्स’. त्यापलीकडेही काही असतं, हे तुला कधीच समजलं नाही.”

“गप्प... बस... आईऽऽ”

“घरी गेल्या. दमल्या होत्या ना इथे दिवसभर बसून...”

“बाबाऽऽ बाऽऽबाऽऽ”

“शांत हो नरोत्तम. तेही घरी आहेत.”

“आनंऽऽदऽऽ”

“आता प्रत्येकाचं नाव घेऊन सांगते. आई, बाबा, आनंद घरी आहेत. माझे आई-बाबा सिंगापूरहून आलेत, पण दमले असतील म्हणून मी त्यांना अजून काही

कळवलेलं नाही. उद्या सांगेन आणि मग ते येतीलच तुला भेटायला.''

"डॉक्टर...''

"रात्र झालीये ना, तेही गेले असतील घरी एव्हाना.''

"नर्स, मला श्वास...''

"अरे, मी आहे ना– मी लावते ऑक्सिजन तुला. खरं तर तुझे रिपोर्ट्स तसे नॉर्मल आहेत. पण तुलाच बरं व्हावंसं वाटत नाहीये, तर त्याला डॉक्टर तरी काय करणार? हं, आता येतोय श्वास घेता? हं. तर, आता अजून कुणाबद्दल विचारायचंय?''

"------''

"मान काय हलवतोयस नुसती? रावीबद्दल नाही विचारायचं? शेलारांची रावी. वय वर्षं चार की पाच– नाही विचारायचं? मी सांगते ना! नरोत्तम, तू तर तिला रोज खेळवतोस, रोज चॉकलेट आणतोस. आनंदलाही खेळवतोस. तीसुद्धा हा लाडका काका कधी घरी येणार, म्हणून वाट बघतेय. तुझं तिच्यावरचं प्रेम बघून मला वाटायला लागलंय की, आपल्यालाही एक मुलगी हवी. हो ना?''

"हंऽऽ''

"मग आपल्या मुलीसाठीसुद्धा चॉकलेट आणशील ना?''

"होऽऽ''

"आणच. कारण तू नाही आणलंस, तर तुझ्यासारखा कुणी दुसरा काका तिच्यासाठी चॉकलेट आणेल. तिला– तू जसं रावीला मांडीवर घेऊन खेळवतोस, तसं खेळवेल. अरे, हलू नकोस. ड्रिप चालू आहे ना... हं, काय हवंय? पॉट?''

"हंऽऽ''

"थांब रे, देते नंतर. आणि तू काही इतका आजारी नाही आहेस. उठून जाऊ शकतोस. ड्रिप मलाही येतं बंद करता. पण तरी थांब; माझं बोलणं होऊ दे. तुला ऐकायचंय ना! अरेऽऽ काय हे, जराही कंट्रोल नाही करता आलं तुला? बघ, लेंगा ओला झाला सगळा. अरे, ह्या लेंग्यावरून आठवलं. तू जो बर्मुडा घालतोस घरात, त्याचा खिसा फाटतो कसा रे? कपडे धुवायला टाकताना दिसला होता एकदा फाटलेला खिसा. मी तो शिवला. चार-पाच दिवसांनी सहज लक्ष गेलं, तर दुसरा बर्मुडा– त्याचाही खिसा फाटलेला. मग तोही शिवला. तरी खिसे आपले फाटतच राहिले!''

"अंऽऽ अंऽऽ''

"अरे, बघ– तुला घाम येतोय. एवढी एअरकंडिशण्ड रूम, तरी इतका घाम? थरथरतोयस? मीही थरथरले अशी त्या दिवशी, जेव्हा अचानक घरी लवकर आले. रावी तुझ्या मांडीवर बसली होती. तिचा हात तुझ्या हातात होता, तो तुझ्या बर्मुडाच्या खिशात. तू तिला सांगत होतास– घे, चॉकलेट घे. शोध कुठे आहे. मिळालं? शोध

हां, शोध... मिळालं? मिळालं की तुला चॉकलेट बक्षीस...''

''ग....प्प....ब....स....''

''कितीही शिवले तरी तुझे खिसे फाटतच राहिले... पण आता ह्यापुढे कधीही फाटणार नाहीत– लक्षात ठेव हे!''

■

१६

"सर, माझं लोन पास झालं."

"अभिनंदन! बरं, कसे आहेत मि. फडणीस?"

"इम्प्रूव्हिंग."

"गुड."

"सर, आज मला जरा लवकर जायचंय."

"हरकत नाही."

"थँक्यू सर."

अमोलिका ऑफिसमधून बाहेर पडली. तिला आई-बाबांना भेटायचं होतं. एकंदरीत परिस्थिती सांगायची होती. त्यांची ट्रिप कशी झाली, हेही विचारायचं होतं. ती तडक घरी गेली.

"ये. कसा आहे नरोत्तम आता?"

"बरा आहे."

"आम्ही आज येतोच आहोत हॉस्पिटलमध्ये."

"या ना, त्याला बरं वाटेल. कशी झाली तुमची ट्रिप?"

"छान झाली गं. उत्तम सोय, सुंदर प्रदेश, छान हवामान... अगदी बरं वाटलं बघ. पण इथे आलो आणि नरोत्तमचं समजलं– मग सगळा आनंद मावळला."

"आई, ठीक आहे. होतं असं काहीबाही."

"तू ठीक आहेस ना अमू?"

"अगदी छान. जराही टेन्शन नाहीये मला. उलट, बरंच वाटतंय."

"म्हणजे?"

"म्हणजे अगं, तसे रिपोर्ट्स नॉर्मल आहेत ना!"

"मग असं का होतंय?"

"बाबा, तेच तर शोधून काढायचंय. डॉक्टरांचे प्रयत्न चालू आहेत."

"कुणी दुसरा डॉक्टर बघायचा का?"

"नको. मग पुन्हा पहिल्यापासून सुरुवात करावी लागेल."

"आनंद?"

"छान आहे."

"त्याला आण इथे काही दिवसांसाठी तरी."

"नको आई, शाळा चालू आहे ना! बरं, मला तुम्हा दोघांना एक आनंदाची बातमी सांगायची आहे."

"बोल."

"मी घर घेतलं. नवा फ्लॅट– मीच प्लॅन केलेल्या टॉवरमध्ये."

"हो?"

"हो. आजच लोन पास झालंय."

"अरे वा!"

"बाबा, माझं पहिलं रेसिडेन्शियल प्रोजेक्ट– आणि त्यातच माझ्या नावाचं घर!"

"आनंद आहे. शाब्बास!"

"नरोत्तमला सांगितलंस का?"

"नाही. आत्ताच तर कळलं लोन पास झाल्याचं. मग सरळ इथेच आले. आता रात्री बोलेन त्याच्याशी सावकाश."

"बाई, तोंड गोड करा."

"आई, झकास कॉफी कर."

"आणते."

"अमू, एक विचारू?"

"मला नरोत्तमचं टेन्शन नाही, हे कसं काय? होय ना, हेच विचारायचं आहे ना?"

"हो."

"शारीरिक आजार असता तर बरं झालं असतं; पण आजार जर मानसिक असेल, तर त्यावर उपाय ज्याचा त्याने शोधायला हवा. नरोत्तमचा आजार मानसिक आहे. आणि अजूनही एक सांगते– मी माझ्या नव्या घरात राहायला जाणार आहे... मी आणि आनंद."

"हे तू काय सांगतेस? नरोत्तम?"

“ते बघू नंतर. सांगेन नंतर सविस्तर. आज मी त्याच्याशी बोलणार आहे.”
“अमू, मी काही सांगू?”
“नको बाबा. आता मला माझे डिसिजन्स घेऊ देत.”
“घे ना! जरूर, पण तरीही...”
“नाही बाबा.”
“ठीक आहे.”

अमोलिकेला इतकं ठाम ते पहिल्यांदाच बघत होते. काही प्रश्न निर्माण झाले, तर ती तिच्या बाबांबरोबर डिस्कस तरी करायची. पण ह्या खेपेस मात्र तिला चर्चाही नको होती. ‘काहीतरी फारच वेडवाकडं, गंभीर असणार. अमोलिका टोकाची भूमिका घेणाऱ्यातली नाही. ती आपणहून सांगेपर्यंत वाट बघायला हवी.’ आणि आपल्या ह्या विचाराप्रमाणे श्री. सप्रे गप्प राहिले.

व्हिजिटर्स अवर्स संपले. ‘काळजी घ्या’– असं म्हणत एक-एक जाऊ लागले. खोलीत श्री. फडणीस आणि नरोत्तम तेवढे उरले. ‘आता अमोलिका येईल. ती नाही आली तर बरं होईल. बाबांना सांगावं तसं?’

“बाबा, तुम्ही राहा आज इथे...”
“काही बोलू नकोस. दम लागतोय तुला.”
“पण...”
“मी राहतो. पण तू शांत पडून राहा. ही अमोलिका आलीच!”
“काय म्हणतोय नरोत्तम, बाबा? बरा आहे का?”
“कालच्यासारखाच आहे.”
“तुम्ही जा आता बाबा.”
“अगं, नरोत्तम म्हणतोय की, मी थांबावं इथे आज.”
“तुम्ही? नको-नको. दिवसभर आहात इथे, आता रात्रीही थांबणार? नको. मी आहे ना!”
“पण...”
“त्याला काही समजत नाही. तुम्ही थकला असाल. जा घरी निश्चिंत. छान जेवण केलंय. आई पण वाट बघतायेत. जेवल्या नाहीयेत.”
“बरं. नरोत्तम... उद्या सकाळी येतो हं. झोप शांत.”
“बा... बा...”
“मी आहे इथे तुझ्यासाठी. बाबा, निघा तुम्ही. ड्रायव्हर वाट बघतोय खाली.”

"बरं..."

"हं, काय मग– नरोत्तम? बाबा हवेत का आता? कुक्कुलं बाळ आहेस की काय? अरे हो, येताना डॉक्टरांना भेटून आले. ते म्हणाले की, तुझ्यात काहीच इम्प्रूव्हमेंट नाही. अरे, औषधं वेळेत घ्यावीत. तू घेत नाहीस. आधीही असंच केलंस. आठवतंय? एवढी महाग औषधं– सायकिॲट्रिस्टकडची? हां, आठवलं ना? ती घेतली असतीस, तर आज इथे असा असहाय होऊन पडला नसतास. टाकून का द्यायचास रे? आणि किती वेडा तूऽऽ! टाकून द्यायचास आणि एक-दोनदा फ्लश करायलाच विसरलास! असं करतात का बाळ? मग माझाही अगदी नाइलाज झाला ना! हां– एक गोष्ट मात्र छान केलीस. त्या काळात माझ्याशी अगदी छान वागत होतास. मला घाणेरडी मेल्स पाठवली नाहीस, माझ्यावर जबरदस्ती केली नाहीस... आणि तू अगदी डँबिसही आहेस. माझ्या नकळत काही वेगळंच सुरू केलंस. अचानक तुला लहान मुलं आवडायला लागली. मुलं? नाही– सॉरी हं! आनंद! आनंदसाठी कामधाम सोडून घरी येऊ लागलास. आनंद रावीला घेऊन यायचा. मग तर तुला रावी आवडायला लागली. किती गोड पोरगी!"

"अंऽऽ आईऽ गंऽऽ!"

"कळ आली? माझ्या मनातही अशीच कळ उठली. तडफडले, चिडले, हताश झाले. तुझ्या विकृतीने एका कोमल, कोवळ्या जिवाचं आयुष्य उद्ध्वस्त होऊ लागलं होतं, तिच्याही नकळत. अजाण पोर ती! तिला काय समजतंय? कसला खेळ तू खेळत होतास तिच्याबरोबर? सर्वांसमक्ष, राजरोस? आनंदसमोर... कदाचित शेलारांसमोरही. पुढे काहीही अनर्थ घडला असता, जर वेळीच माझ्या लक्षात आलं नसतं तर... पाच-सहा वर्षांच्या मुलीवर बलात्कार करणारे नराधम आजही उजळ माथ्याने जगभर फिरत आहेत. तूही त्यातला... तसाच. सरळ-सरळ तुझा खूनच करायचा होता मला. केलाही असता, पण मग आनंद पोरका झाला असता. त्याची आई खुनी आहे, असा कलंक त्याच्या आयुष्याला लागला असता. तो जगू शकला नसता. आणि तुझ्या विकृतीमुळे मी माझं आयुष्य तुरुंगात का घालवायचं? तर..."

"बास... गप्प... गप्प... बस... बाऽबाऽऽ"

"ओरडताही येत नाहीये तुला. अरे, डिझाईन मस्तच दिसतेय मॉनिटरवर– अगदी कालच्यासारखं. थांब हं, तुला ऑक्सिजन मास्क लावते. मला अजून बोलायचंय की नाही... मग? तू जागं असायला हवंस राजा! एक गंमत सांगते! म्हणजे ना, तू अगदी चाटच पडशील. तुझ्या भाषेत सांगू तर– सॉलिड! सालं, धमाल काहीतरी! सांगू?"

"हं! न.. को.."

"ऐक रे. टुणकन उडशील बेडवर! मी ना, वेब डिझाईन शिकले. मला आता काहीही तयार करता येतं पीसीवर. म्हणजे, पीसी माझा झकास मित्र झाला आहे. माझे प्लॅन्स, वॉक थ्रू वगैरे तर करतेच; पण मला आता... सांगू? डेट ऑफ डेथ! आठवतंय? आठवणारच! काय मस्त डिझाईन केलं आहे ना मी?"

"काऽऽय?"

"हो ना! बघ, तुला म्हटलं नव्हतं, टुण्कन उडशील? तूच दिलीस मला ही कल्पना! तुझा पहिला अ‍ॅटॅक– तो मोटरसायकलवाला? थँक्स टू हिम! त्यामुळेच मला समजलं की– इतका धडधाकट, हँडसम नरोत्तम, बिनधास्त नरोत्तम मृत्यूला मात्र खूप घाबरतो. मला खूप आश्चर्य वाटलं होतं तेव्हा! पण मग हळूहळू मला बरं वाटू लागलं. मनात एका कल्पनेने आकार घेतला. तुझा सर्वांत जास्त इंटरेस्ट कशात? तर, मेल्समध्ये. बस, ठरलं– मेल डिझाईन करायचं. म्हणजे मेल नाही रे, तर असा एक फॉर्म डिझाईन करायचा. भडक रंगसंगती. ठरावीक माहिती त्यात लिहिली की, तशी उत्तरं मिळतील. जाम वेळ लागला रे. आणि हे सर्व करायचं, तेही ऑफिसचं काम सांभाळून... पण जमू लागलं! एक-एक प्रश्न आणि त्यांची उत्तरं– चक्क गणितच मांडलं. आणि येस्, पास झाले. आणि दिलं तुला पाठवून. फॉरवर्ड आणि मग डिलिट करून टाकलं."

"अऽमोऽऽलिऽऽ"

"का? का काय अरे! तुझ्यासाठी पाठवलं. तुला सवय आहे ना फॉरवर्डेड मेल्स बघण्याची आणि ती पुन्हा फॉरवर्ड करण्याचीही. सवय नाही, व्यसन आहे. मग 'डेट ऑफ डेथ' कुणाकुणाला फॉरवर्ड केलंस? मला नाही आलं अजून. हे कसं रे? सोड. तर, मला अंदाज होताच की, तू आधी स्वत:चं नाव लिहिणार नाहीस. कुमार! त्याचे शतशः आभार. निव्वळ योगायोग. तू घाबरलास. मला माहीत होतं, तू का घरात लपून बसला आहेस कुमार मेल्यावर. पण बोलणार कसं? तू तुझं नाव कधी टाकतोयस, ह्याची वाट बघत होते... आणि तू तो फॉर्म भरलास! तू तो फॉर्म कधीही भरला असतास ना, तरी तुझी मरणाची तारीख फॉर्म भरलेल्या तारखेनंतर दहावी– अशीच येणार होती. फार मेहनत घ्यावी लागली रे त्यासाठी. संपूर्ण वर्षाला फीड करावं लागलं. जस्ट इमॅजीन, थ्री हंड्रेड अँड फिफ्टी सिक्स डेज... उफ्...! पण तू तेवढी वाट बघायला लावली नाहीस. पण खरंच सांगते, कुमारची तारीख आणि त्याच दिवशी त्याचं मरण– हा योगायोगच आहे. काय झालं? काय झालं?"

"म्ह... ण... जे मी... म र णा र नाही?"

"काही सांगता येत नाही. आजचा दहावा दिवस आहे आणि डॉक्टरांनी तर नो

इम्प्रूव्हमेंट सांगितलंय. पण तू मात्र मरणार आहेस. तुझं मरण हा खून नाही, ही समाजसेवा आहे. ऐकतोयस ना? कारण तू जो धसका घेतला आहेस, तो जबरदस्त आहे. त्यातून तुला बाहेर पडता येणं जरा कठीणच...''

''मला... ज गा य चं य...''

''जग, कसाही जग. पण आता उशीर झालाय. तू जगलास तर जगाला ओरडून सांगेन की, तू विकृत आहेस आणि मेलास तर... तुझं मरण हर प्रकारे आहेच नरोत्तम...''

''अ... मो...''

''मी निघाले. आता पुन्हा येणार नाही, आनंदही तुला दिसणार नाही. मी तुला फॉरवर्ड केलंय वर– देवाच्या घरी आणि आता माझ्या आयुष्यातून डिलिट करून टाकलंय– कायमचं!''

''अऽऽमोऽऽलिऽऽकाऽऽ''

अमोलिका बाहेर पडली. हॉस्पिटलमधून बाहेर रस्त्यावर आली. वातावरण शांत होतं. पौर्णिमेचा चंदेरी धुरकट प्रकाश पसरला होता. फूटपाथवर कुणी पथारी पसरली होती. कुठूनसा रातराणीचा सुगंध येत होता. ह्या कोपऱ्यापासून त्या कोपऱ्यापर्यंत झुलणारा मनातला झुला आता शांत झाला होता. धुरकटलेलं मनाचं पटल स्वच्छ, पारदर्शक झालं होतं. बेचैनी संपली होती. झोका वर आकाशात गेला होता आणि शीतल हवा पायांच्या तळव्यांना स्पर्श करत होती.

पहाटेचा पहिला प्रहर...
घंटानाद होत होता
आणि बांगही ऐकू येत होती.
तिची पावलं मंदिराच्या वाटेकडे वळली...
चालत राहिली– चालत राहिली...

■

उपसंहार

तसं जे काही मांडायचं होतं, ते मांडून झालेलं आहे.

उद्रेक, शल्य, वेदना काल्पनिक जरी असल्या, तरी सत्यात अशा विकृती आहेतच. खरं तर काल्पनिक असं काहीही नसतं. जे दिसतं, जो कुणाचातरी अनुभव असतो, त्या दिसण्याचा, त्या अनुभवाचा एक धागा मनात गुंफला जातो आणि त्या एका धाग्याने अनेक धाग्यांना निर्मिलं जातं. हे अनेक धागे म्हणजे 'काल्पनिक' आणि तो एक धागा म्हणजे सत्यता!

हे सत्य कुणा एका व्यक्तीचं नसतं. प्रत्येक व्यक्तीत हे सत्य असतंच. जोपर्यंत ते मर्यादित असतं, तोपर्यंत आनंदाचे ताटवे फुलतात. मर्यादा ओलांडली की, विकृतीचा कुबट, साचलेला खळगा तयार होतो, जो सर्व आणि सर्वांचं जीवन दुर्गंधीने भरून टाकतो.

– स्वाती चांदोरकर